AF748160

இதற்கும் அதற்கும் இடைப்பட்ட பொழுதின் மயக்கங்கள்

இதற்கும் அதற்கும் இடைப்பட்ட பொழுதின் மயக்கங்கள்

பெருந்தேவி

எழுத்து
பிரசுரம்

Title: Idharkum Adharkum Idaippatta Pozhuthin Mayakkangal
Short Stories
Author's Name: Perundevi

Published by Ezutthu Prachuram

Ezutthu Prachuram
(An imprint of Zero Degree Publishing)
No.75 & 76, I Floor, Kuppusamy Street,
Balaji Nagar, Padi,
Chennai - 600050

Website: www.zerodegreepublishing.com
E Mail id: zerodegreepublishing@gmail.com
Phone: 89250 61999

Ezutthu Prachuram First Edition: January 2026
ISBN: 978-93-47206-07-8
TITLE NO EP: 617

Rs. **180**/-

Cover Design: Rohini Mani
Layout: Vijayan, Creative Studio
Printed at Rathna Offset Printers, Chennai, India

உள்ளே

சிறுகதையைச் சிந்தித்ததில்

சிறுகதை என்ற பெயரில் நான்கைந்து கதைகளை 1990களின் மத்தியில் எழுதியிருக்கிறேன். ஆனால் அவற்றில் எதுவும் சிறுகதைகள் இல்லை என்பதைச் சில வருடங்களிலேயே புரிந்துகொண்டேன். இரண்டாயிரத்தின் தொடக்கத்திலிருந்து என் கவனம் கவிதைகள், இலக்கியத் திறனாய்வு, சமூகம் சார்ந்த கட்டுரைகள் ஆகியவற்றிலேயே பெரிதும் மையம் கொண்டிருந்தது. கொரோனா காலத்தில் என்னுடைய ஈடுபாடு விரிவடைந்து குறுங்கதை, மொழியாக்கப் பரப்புகளையும் தொட்டது. 2020ஆம் ஆண்டு குறுங்கதைகளை எழுதத் தொடங்கியபோது சிறுகதைகளையும் முயன்றுபார்த்தால் என்ன என்று ஆவல் ஏற்பட்டது. அப்போதிலிருந்து எழுதிப் பிரசுரித்த கதைகள் இன்று இந்தத் தொகுப்பாக மலர்ந்திருக்கின்றன.

இந்தச் சிறுகதைகளைப் பற்றி இவற்றை எழுதியவராக ஏதாவது சொல்ல வேண்டுமானால், இவை கற்பனையின் பாய்ச்சல்களே ஒழிய தமிழ்ச் சமூகம் அல்லது பண்பாடு பற்றிய ஆவணங்களோ பதிவுகளோ இல்லை என்பதுதான். கற்பனையின் பாய்ச்சல்கள் நமது சமூகத்தின், பண்பாட்டின் காட்சிகளைத் தம் போக்கில் அடையலாம், அது வேறு விஷயம். குறிப்பிட்டு இதை எழுதக் காரணம் உண்டு. இப்போதெல்லாம் இலக்கியப் படைப்பு பற்றிய அறிமுகங்களிலும் வாசிப்புகளிலும், பாராட்டும் போக்கில் ‘ஆவணம்’ என்ற ரீதியிலான குறிப்பு சாதாரணமாகத்

தென்படுகிறது. இதற்கு முதன்மையான காரணம், காலனியத்தின் கூடவே பிறந்த இரட்டைக் குழந்தையான மானுடவியலுக்கு உரித்தான இனவரைவியல் விசாரணை இன்று பின்நவீனப் பார்வைகளாலும் விமர்சனங்களாலும் குலைக்கப்பட்ட நிலையில், அந்தப் புலத்திலிருந்து நகர்ந்து இலக்கியப் படைப்புகளில் ஆவியாகத் தன் பேய்நிழலைப் பரப்பியிருப்பதுதான்.

இந்தத் தாக்கத்தால் முன்பொரு காலத்தில் இனவரைவியலுக்கு உரித்தாக இருந்த கலாச்சார மற்றமையின் சரியான பிரதிநிதித்துவம் *(authentic representation)* குறித்த ஆதரிச மயக்கம், இன்று 'கிழக்கத்திய' இலக்கியத்துக்கானதாக இடம் மாறியிருக்கிறது. இதனால் ஒருபுறம் தமிழின் நவீன புனைவெழுத்து நமது அறிவுச் சூழலிலேயே ஆவணமாக அடையாளப்படுத்தப்படும் நிலை; அதன் மூலம் இலக்கியப் பிரதிக்கு ஏதோ கூடுதல் அந்தஸ்து கிடைப்பதாக நாமே நினைக்கும் அவலம். இன்னொரு புறம் உலக வாசகப் பரப்புக்குள் 'கிழக்கத்திய' இலக்கியப் பிரதிகள் கொண்டுவரப்படும்போது அவற்றின் அழகியல் அம்சங்களைவிட, உலகார்ந்த பார்வைகளைவிட அவை சித்திரிக்கும் சமூகம், பண்பாடு முதலியவற்றின் ஆவணங்களாக இந்தப் பிரதிகள் முதன்மைப்படுத்தப்படும் போக்கு. இதனால் உலக இலக்கிய அரங்கில் 'மேற்கின்' மற்றமையாகக் கட்டமைக்கப்படும் 'கிழக்கின்' வாழ்வியலுக்கான சாவித் துவாரங்களாக நம் இலக்கியப் பிரதிகள் குறுக்கப்பட்டிருக்கும் நிதர்சனம். விளைவாக, நம்முடைய பிரதிகளின் உள்ளார்ந்த இலக்கியப் பண்புகளும் அழகியல்களும் உலக இலக்கிய அரங்கில் கண்டுகொள்ளப்படாமல் புறந்தள்ளப்படுவது.

இலக்கியப் படைப்பை ஆவணமாகவும் ஒருவர் வாசிக்க முடியும்; என்றபோதும் இலக்கியம் ஆவணத்துக்கும் மேலானது, சொல்லப்போனால் மாற்றானது என்பதை நினைவுபடுத்த வேண்டியிருக்கிறது. ஒரு சமூகத்தின் வாழ்க்கை அல்லது பண்பாடு ஆவணமாகத் தொகுக்கப்படும்போது அந்தச் செயல்முறையில் வெளிவராத இடைவெளிகளை, விடுபடல்களை, அதில் கைவிடப்பட்ட குரல்களை, வாழ்க்கையின் குழப்பங்களை, தென்படாத விநோதங்களை, சுழல்களைத் தொட்டுக்காட்டுவது இலக்கியக் கலை. இத்தகைய கலைக்கான நிரூபணமாக விளங்கும் படைப்புகளில் புதிய கூறுமொழியும் கற்பனை விஸ்தாரமும்

மொழியின் விகசிப்புகளும் வெளிப்படுவதில் ஒருவர் வியப்படைய எதுவுமில்லை. ஒருவேளை இவை வெளிப்படாதிருந்தால் கலையைக் கற்றுக்கொள்ளும் பாதையில் கீழே விழுந்தோம், எழுந்திருப்போம் என்று சம்பந்தப்பட்ட எழுத்தாளர் ஆறுதல்பட்டுக்கொள்ள வேண்டியதுதான். இதையும் மனதில் வைத்துக்கொண்டுதான் இந்தத் தொகுப்பைத் தமிழன்னையின் திருப்பாதங்களில் சமர்ப்பிக்கிறேன்.

இந்தத் தொகுப்பில் உள்ள கதைகள் உயிர்மை, காலச்சுவடு, வல்லினம், யாவரும், தமிழ்வெளி ஆகிய இதழ்களில் பிரசுரிக்கப்பட்டவை. இதழ்களுக்கு நன்றிக்கடன் பட்டிருக்கிறேன். பிரசுரமான சில கதைகளைச் சற்றே திருத்தியிருக்கிறேன். இரண்டு கதைகளின் தலைப்புகளை மாற்றியிருக்கிறேன். ‘அழகு’ இப்போது ‘எஞ்சியது’ என மாறியிருக்கிறது. ‘மயில்கழுத்து நீலச் சேலை’ என்ற கதை இப்போது ‘நினைவின் நிறம் இரண்டு’ எனப் புது அவதாரம் எடுத்திருக்கிறது.

எப்போதும் போல இந்தக் கதைகளை எழுதும்போதும் தொகுக்கும்போதும் துணைநின்ற சிநேகிதர்கள் அரவிந்தன், கிருஷ்ண பிரபு, வேம்பு, ஹரி இராஜலெட்சுமி ஆகியோர் காட்டும் அன்புக்கு நன்றி! பதிலுக்குப் போதுமான அளவு அன்பைத் தராத குறைபாடுடைய என்னைப் பொறுத்துக்கொள்ள அவர்களிடம் வேண்டுகிறேன். எழுத்து பிரசுரம் பதிப்பாளர்களுக்கும், குறிப்பாக காயத்ரிக்கும், அழகாக வடிவமைப்பு செய்திருக்கும் விஜயனுக்கும் என் நன்றி. ஓவியக் கலைஞர் ரோகிணி மணி லயித்து முகப்போவியத்தைத் தந்திருக்கிறார்; அட்டையை வடிவமைத்திருக்கிறார். அவர் என் நண்பராகவும் இருப்பது எனக்குப் பெருமை.

பெருந்தேவி

சென்னை
டிசம்பர் 25, 2025

பாப் சாந்தி

கதவுக்கு வெளியே யாரோ ஸ்விட்சில் வைத்த கையை எடுக்காமல் ஒலிக்கவிட்டிருந்த அழைப்பு மணியின் தொடர் நாராசம் தாங்காமல், பாதிக் குளியலில் வேகவேகமாக நைட்டியை அணிந்தவாறு பாத்ரூமிலிருந்து ஓடிவந்து மூச்சிரைக்கக் கதவைத் திறந்தால், பரிச்சயமே இல்லாத ஒருத்தி நின்றுகொண்டிருந்தாள்.

"ஏய் எப்பிடி இருக்க?" என்று என்னை நெட்டித் தள்ளிக்கொண்டு உள்ளே நுழைந்தாள். "இந்தாடி." மூன்று பைகளில் பழங்கள், இனிப்புகள், ஒரு பையில் குர்தாவோ, சுடிதாரோ. ரெடிமேட் ஆடைகளுக்கென்றே பிரசித்தி பெற்ற கடைப் பை அது.

"ஒரு மாத்தமில்ல ஒன்கிட்ட. அதே கண்ணு, அதே மூக்கு" என்று சிரித்துக்கொண்டவளை யாரென்று எனக்கு அடையாளம் தெரியவில்லை. என் வீட்டின் முன்னறையைத் தன் அகல விழிகளால் ஒரு சுற்று சுற்றிப் பார்த்தாள். "சுத்தமா வச்சிருக்கடி. படிக்கறப்ப ஒரு நாளாச்சும் தொடப்பத்தக் கையில எடுத்திருப்பியா?"

நான் முழித்ததைப் பார்த்தவள் என் கன்னத்தில் செல்லமாக ஒரு தட்டுத் தட்டினாள். "தெரிலயா? சாந்திடி. கந்தசாமி காலேஜ்ல பிஸிக்ஸ் படிச்சோமே. உன் பெஞ்சில உக்காந்திருந்த ஜி. சாந்தி இல்ல. ரெண்டு ரோ பின்னாடி உக்காந்திருந்த பாப் சாந்தி. அப்டித்தானே எனக்குப் பட்டப்பேர் வச்சிருந்தீங்க?" கேள்வி கேட்டவள் பாப்தான் வைத்திருந்தாள். ஆனால் 'பாப் சாந்தி' என்ற பெயர் என் நினைவின் கட்டக் கடைசி அடுக்கில்கூட இல்லை. எங்கள் பெஞ்சில் சுமிக்கு அடுத்து ஓரத்தில் அமர்ந்திருந்த ஜி. சாந்தியை நினைவிருக்கிறது, பருக்கள் வார்த்திருந்த அவள் முகம், ஐ லைனர் இல்லாமலேயே ஐ லைனர் போட்டது போலிருக்கும் அவள் கண்கள்... இருக்கட்டும், இவள் யார்?

"வந்தவளுக்கு ஒரு கிளாஸ் தண்ணி தர மாட்டியா, என்னத்த போ!" என்று அலுத்துக்கொண்டபடி "மொதல்ல தண்ணி கொண்டா, லெமன் இருந்தா லெமன் ஜூஸ்!" என்று கேட்டாள். சமையலறைக்குச் சென்றேன். உள்ளுக்குள் கொஞ்சம் பயம். ஒருவேளை இவள் திருட வந்தவளோ? கொள்ளைக்காரியோ? ஆனால் எந்தத் திருடி, கொள்ளைக்காரி ஸ்வீட் பாக்கட்டும் பழங்களும் துணிமணியும் வாங்கிக்கொண்டு வந்து கதவைத் தட்டப்போகிறாள்? அது சரி, யார் இவள்? கூடப் படித்தாளா, இல்லையா? எனக்கு ஏன் இத்தனை ஞாபக மறதி? சென்ற மாதம்தான் ஐம்பதைத் தொட்டிருக்கிறேன். ஆனாலும் கிழங்கட்டைகளைப் போல இப்போதே இத்தனை மறதி என்றால் மிச்ச நாளை எப்படி ஓட்டப்போகிறேன்? போகிற போக்கில் கண்ணாடியில் என் முகத்தைப் பார்த்து யாரோ என்று நினைத்துக்கொள்வேன்போல.

சோபாவில் ஹாயாகச் சாய்ந்திருந்தவளிடம் ஜூஸ் தம்ளரை நீட்டினேன். "ஒரு கிளாஸ் கிடையாதா வீட்ல? காப்பி மாதிரி தம்ளர்ல தரே?" என்றாள் உரிமையோடு. பிறகு கொஞ்ச நேரம் கடலூர் கல்லூரி, கூடப் படித்த தோழிகள் பற்றிப் பேசிக்கொண்டிருந்தோம். தொண்ணூறு சதவிகிதம் அவள்தான் பேசினாள். அவள் என்னிடம் கூறிய சில விஷயங்கள் — கல்லூரி ஆண்டு விழாவில் நாங்கள் நடனமாடிக்கொண்டிருந்தபோது மேடை பிளந்து விழுந்தது, பேராசிரியர் ஒருவர் கார் விபத்தில் மாண்டது முதலியவை — எனக்கும் ஞாபகமிருந்தன. சிலவற்றை அவள் இட்டுக்கட்டிச் சொல்கிறாளோ என்று சந்தேகமாக

இருந்தது. என் ஞாபக மறதியும் உறுத்திக்கொண்டிருந்தது.

அவள் பேசப் பேச என்னோடு என் வகுப்பில் மூன்று வருடங்கள் கூடவே படித்த பாப் சாந்தியை மறந்துவிட்ட என்னை உள்ளுக்குள் கடிந்துகொண்டிருந்தேன். பாப் சாந்தி துபாயில் வசிக்கிறாளாம். கணவன் பெட்ரோல் கம்பெனியில் பொறியியலாளராம். கல்லூரி வகுப்பில் எனக்கு அடுத்து அமரும் சுமியிடம் முகவரி வாங்கிக்கொண்டு என்னைப் பார்க்க வந்திருக்கிறாள். சுமியை நான் எப்போது கடைசியாகப் பார்த்தேன்? அதுவும் நினைவில்லை. சுமி என் தம்பியோடு, அதாவது என் சித்தப்பா மகனோடு, ஒரே அலுவலகத்தில் பணியாற்றுகிறாளாம். இதையும் பாப் சாந்திதான் சொன்னாள். நான் இந்த வீட்டில் குடியேறி ஒரு மாதம்தான் ஆகிறது. ஆனால், சுமி என் இப்போதைய முகவரியை என் தம்பியைக் கேட்டுத் தெரிந்துவைத்திருக்கிறாள். இதுவரை என்னை மறக்காமலிருக்கிறாள். கல்லூரியில் ஒன்றாகத் தேநீர் குடித்து, மசால்வடை தின்ற பிரியம் தொடர்கிறது. கிட்டத்தட்ட முப்பது வருடங்களுக்குப் பின்னும் நிலத்தடி நீராக ஒழுகும் நட்பு. நெகிழ்ந்துபோயிருந்தேன் என்றுதான் சொல்ல வேண்டும்.

“அபார்ட்மெண்ட் அம்சமா இருக்கு, சுத்திக்காட்டேன்” என்றாள் ஜூஸ் தம்ளரைக் கீழே வைத்தபடி பாப் சாந்தி. “வாயேன்” என்று முதலில் சமையலறையைக் காட்டினேன். பிறகு ஹாலை ஒட்டி இருந்த பெரிய சிட்-அவுட்டுக்குப் போனோம். அங்கே சில செடித் தொட்டிகள் இருந்தன. நான் ஒழுங்காகத் தண்ணீர் ஊற்றிப் பராமரிக்காததால் வாடிப்போனவை. “செடியை வாட விடாதடி, பாவம்,” என்று எச்சரித்தாள். சிட்-அவுட்டிலிருந்து பார்த்தால் பக்கத்து வீட்டில் ஒன்றே போல் வளர்ந்திருந்த மூன்று குட்டை மாமரங்கள் தெரியும். அழகான தோட்டத்தோடு உள்ள தனி வீடு அது. “தி. நகரில் இப்படி வியூ இருக்கற ஒரு அபார்ட்மெண்ட் கிடைக்காது, இந்த வீட்டை விட்டுடாதே” என்று சிலாகித்தாள்.

என் வீடென்ன தாஜ் மஹாலா, இரண்டு படுக்கையறைகள் உள்ள 800 சதுர அடி கொண்ட சுமார் நடுத்தர வர்க்க வாடகைக் கூடு அது. இதை இவள் சுற்றிக்காட்ட வேறு சொல்கிறாள் என்று நினைத்தபடி இரண்டாவது படுக்கையறை குட்டிப் பெட்டிக்குள் நுழைந்து பார்த்துவிட்டு, பிறகு மாஸ்டர் படுக்கையறை என்ற சற்றுப் பெரிய பெட்டிக்கு வந்தோம். ஏ.சி.

சன்னமாக ஓடிக்கொண்டிருந்தது. கட்டிலின் மேற்புறம் ரசம்போன நிலைக்கண்ணாடியை மாட்டியிருந்தேன். எதிர்ப்புறம் எனக்கு எப்போதோ யாரோ பிறந்த நாள் பரிசாக அளித்த குஸ்தவ் கிளிம்ட்டின் "*The Kiss*" ஓவியம், அதாவது அதன் பிரதி.

"த கிஸ்தானே. பொன் சொரியரா மாதிரி லயிச்சி ரெண்டு பேரும் முத்தம் கொடுக்கறாங்க... செவ்வக செவ்வகமா அவன், பூப் பூவா அலையலையா அவ" என்று என்னிடம் கூறுவதைப் போலப் படத்தைப் பார்த்துச் சொன்னாள். அவளது கண்கள் அந்த ஓவியத்திலேயே குத்திட்டு நின்றதுபோல் நின்றன. ஒரு கணம் கருவிழி மறைந்து முழுக்க வெள்ளை நிறமானதா அவள் கண்?

சில நிமிடங்கள் யுகங்களாக நகர்ந்தன. படத்திலேயே தன்னை ஊன்றி நின்ற அவளை அங்கிருந்து கிளப்ப வேண்டி, "ரொம்பச் சின்ன அபார்ட்மெண்ட் இது, இந்த அறையுமே பன்னெண்டுக்குப் பத்துதான் இருக்கும். நாம ஹாலுக்குப் போலாமா?" என்றபடி அங்கிருந்து நகரத் தொடங்கினேன்.

"ஹாலுக்குப் போலாமாவா, போய்டுவியா நீ, வுட்டுருவேனா நான்?" என்று அவள் தடாலென என்னைக் கட்டிலில் தள்ளி என்மேல் பாய்ந்து நான் நகராதபடி என் தோள்களைப் படுக்கையோடு சேர்த்து அழுத்தினாள்.

"பாப் சாந்தி, ஏன் இப்டி பண்றே, என்னாச்சு?" என்றேன். பயத்தில் எனக்குப் பாதி வார்த்தை வரவில்லை.

"பாப் சாந்தியா... இப்ப தெரியுதாடி அடையாளம். இதுவரைக்கும் தெரியாதபடிக்கு நடிச்சே. ஆமாம்டி, நான் பாப் சாந்திதான். இப்படித்தானே, இந்த ரெண்டு பேர் மாரிதானே அன்னிக்கு காலேஜ் வாசல்ல ஒட்டி நின்னுகிட்டு நிரஞ்சனுக்கு முத்தம் தந்தே.... என்னை நம்ப வச்சிக் கழுத்தறுத்தே." ஒரு விலங்கைப் போலப் பல்லை ஈயென்று காட்டியபடி என் தாடையைக் கடிக்கவந்தாள் பாப் சாந்தி.

நிரஞ்சனா, யார் நிரஞ்சன்? எனக்குத் தலை சுற்றியது. நான் படித்த கந்தசாமி நாயுடு கல்லூரி, பெண்கள் கல்லூரி. ஆண் வாசத்தையே கல்லூரிச் சுற்றுச்சுவருக்குள் மட்டுமில்லாமல், சுற்றி இரண்டு மைலுக்கு அனுமதிக்காத கல்லூரி. கல்லூரி வாசலில் முத்தம் தந்தேனா?

“நிரஞ்சன்னு யாரையுமே எனக்குத் தெரியாது.”

“தெரியாது? கொஞ்ச நேரத்துக்கு முன்னாடி உனக்கு பாப் சாந்தியையும்தான் தெரியாது... இப்பத் தெரியும் பாரு” என்று வலது கையால் என் இடது தோளுக்கும் கழுத்துக்கும் இடையில் வைத்து அழுத்தியபடி தன் இடது கையால் பின்பக்க ஜீன்ஸ் பாக்கெட்டுக்குள் துழாவினாள். அந்தச் சில நொடிகளில் அவளைத் தள்ளிவிட்டுவிட்டு நான் கட்டிலிலிருந்து குதித்தேன்.

“போயிருவியா? ஒன்னக் கொல்லாம விட மாட்டேன், நட்புத் துரோகி.” பாப் சாந்தியின் கையில் இப்போது ஒரு குறுங்கத்தி. அந்தக் கணத்தில் நான் ஒரே ஓட்டமாக முன்னறைக்கு ஓடி வாசற்கதவைத் திறக்க, அவள் என்னைப் பின்னாலிருந்து இழுக்க, அதற்குள் மேல் தள அபார்ட்மென்டிலிருந்து இரண்டு பேர் இறங்கிவர, “என்னாச்சு மேடம்? மேடம்?” என்ற குரல்கள் கேட்டபோது, நான் கீழே தள்ளப்பட, காலடியில் தரை நழுவியது என்று எத்தனை கதைகளில் படித்திருக்கிறோம், இப்படித்தான் தரை நழுவியிருக்கும்போல என்று நினைத்தபோதே அந்த நினைப்பிலிருந்தும் நழுவிச் சென்றேன்.

அரதப் பழைய மருத்துவமனை ஒன்றில் நான் இருக்கிறேன் என்று உணர்ந்தபோது இது நடந்து இரண்டு நாட்கள் கடந்திருந்தன. புறநகரில் வசிக்கும் என் தங்கைக்கு அபார்ட்மெண்ட்காரர்கள் யாரோ தகவல் தெரிவித்து வரச் சொல்லியிருந்திருக்க வேண்டும். நான் கண் விழித்தபோது என் தங்கையும் ஒரு டாக்டரும் மங்கலாகத் தெரிந்தார்கள். டாக்டர் போன பின் “ஒன்னுமில்லக்கா, லைட்டா விலாவிலதான் அடி, அதிர்ச்சில மயக்கம் போட்டுட்டே” என்றாள் தங்கை. “நாளைக்கு டிஸ்சார்ஜ் ஆயிரலாம்.”

அவள் பிழிந்து தந்த சாத்துக்குடிச் சாற்றைக் குடித்துவிட்டு மெதுவாக பாப் சாந்தி என்ன ஆனாள் என்று விசாரிக்க முனைந்தேன்.

“யாரக்கா அது?” என்று ஆச்சரியமாகக் கேட்டாள்.

“அதான், என்னைக் குத்தினவ.”

“உன்ன யாரும் குத்தலியே. நீ அபார்ட்மெண்ட் கதவைத் திறந்துட்டு வேகமா வர்றப்ப அப்டியே சறுக்கி நிலையில விழுந்தேனு சொன்னாங்க.”

"அப்ப பாப் சாந்தி ஓடிப் போயிருப்பா."

"யாருக்கா அது? பாப் சாந்தி பாப் சாந்திங்கறே?"

"ஒரு கிறுக்கு. அவ உளறின மாதிரி நான் நிரஞ்சனுக்கு முத்தம்லாம் தரல. எனக்கு நிரஞ்சன் யாருனே தெரியாது. என்ங்கற எழுத்துல தொடங்கற பேர்லயே எனக்கு யாரையும் தெரியாது. மொதல்ல அவளையே எனக்குத் தெரியாது."

தங்கை கவலையோடு என்னைப் பார்த்தாள்.

"ரொம்ப ஸ்ட்ரெஸ்டா இருக்கே. ரெஸ்ட் எடுத்துக்கோ. சரியாயிடும். என்னோடயாவது வந்து நாலு நாள் இரேன்கா."

"ம்."

பாப் சாந்தி ஓடிப் போனதை மேல் தளத்திலிருந்து இறங்கி வந்த இருவர் பார்க்கவில்லைபோல. இல்லாவிட்டால் இவளிடம் தெரிவித்திருப்பார்கள். நல்லவேளை, இவளுக்குத் தெரிந்திருந்தால் பயப்படுவாள்.

நான் கீழே விழுந்த நேரத்திலேயே என்னை விசாரித்த அவர்கள் கண்ணில் படாமல் அவர்களைத் தாண்டி பாப் சாந்தி எப்படி ஓடிப் போயிருக்க முடியும்? ஒருவேளை என்னைத் தள்ளிவிட்டுவிட்டு என் அபார்ட்மென்டுக்குள் சட்டென மறைந்து இப்போது உள்ளே ஒளிந்துகொண்டிருக்கிறாளோ என்னவோ? இறங்கி வந்தவர்கள் நான் ஏதோ தரை வழுக்கிக் கீழே விழுகிறேன் என்று நினைத்துக்கொண்டிருக்கலாம். நாளைக்கு டிஸ்சார்ஜ் ஆகி வீட்டுக்குள் நுழைந்தவுடன் ஒருவேளை பாப் சாந்தி கத்தியால் மீண்டும் என்னைக் குத்த வரலாம். யாருக்குத் தெரியும்?

அன்றிரவு அரைகுறைத் தூக்கத்திலும் மருந்துகள் ஏற்படுத்திய மயக்கத்திலும் விழிப்பு கண்ட சொற்ப நிமிட இடைவெளிகளில் தீவிர சிந்தனையிலும் சென்றது. அடுத்த நாள் காலை டிஸ்சார்ஜ் ஆனவுடன் தி.நகர் காவல் நிலையத்துக்குச் சென்று பாப் சாந்தியைப் பற்றிப் புகார் அளித்துவிட்டு என் வீட்டுக்குப் போகலாம் என்று முதலில் நினைத்தேன். பிறகு, தங்கையும் வீட்டில் என்னோடு தங்க வருவதாக இருந்ததால், நாங்கள் இருவரும் அவளைச் சமாளித்துவிடலாம் என்று நம்பினேன்.

நான் சந்தேகித்ததைப் போல் என் அபார்ட்மென்டில் பாப் சாந்தி அடுத்த நாள் இல்லை. என் தங்கை சில நாட்கள் தங்கியிருந்துவிட்டுப் போய்விட்டாள். அதன் பின் அங்கு குடியிருந்தவரையில் வீட்டின் அழைப்பு மணியை யார் அழுத்தினாலும் கதவில் பொருத்தியிருக்கும் உருப்பெருக்கிக் கண்ணாடி வழியாகப் பார்த்து உறுதி செய்துகொண்ட பின்னர்தான் திறப்பேன். பாப் சாந்தி அனுபவம் கற்றுத்தந்த பாடம்.

இரண்டு வருடங்கள் கழித்து அங்கிருந்து மாறி ஆர்.ஏ. புரத்தில் வசதியான ஒரு அபார்ட்மென்டுக்குச் சென்ற மாதம் குடி வந்தேன். சென்ற வாரம் அருகேயுள்ள நீல்கிரிஸ் சூப்பர் மார்க்கெட்டில் மாகி நூடில்ஸ் பாக்கட்டைத் தேடிக்கொண்டிருந்தபோது யாரோ என் பெயரைச் சொல்லி அழைப்பதுபோல் கேட்டது. தள்ளுவண்டியோடு ஒரு பெண் நின்றுகொண்டிருந்தாள். பார்த்தவுடனேயே ஜி. சாந்தி என்று தெரிந்துவிட்டது. ஐ லைனர் இல்லாமலேயே ஐ லைனர் வரைந்த மாதிரியான கண்கள். பரஸ்பர நல விசாரிப்பு முடிந்தவுடன் சூப்பர் மார்க்கெட்டுக்கு வெளியே இருந்த ஒரு சிறிய காப்பிக் கடையில் காப்பி குடிக்க வந்தோம். காப்பி குடித்துக்கொண்டிருக்கும்போது பாப் சாந்தி விவகாரத்தைப் பற்றி அவளிடம் சுருக்கமாகச் சொன்னேன்.

“நீ ஒரு சாந்திதானே நம்ம கிளாஸ்ல இருந்தது? ஆனா பாப் சாந்தினுதான் வந்தவ தன் பேரைச் சொன்னா...”

ஜி. சாந்தி இடைமறித்தாள்.

“உனக்கும் அப்டி யாரையும் தெரியாதா? நம்ம கிளாஸ்னாளே” என்றாள்.

“எப்ப சொன்னா?”

“போன வாரம் பாப் சாந்தினு ஒருத்தி என் வீட்டுக்கு வந்தா. நம்ம கிளாஸ்லதான் அவளும் படிச்சதா சொன்னா. அவதான் உன் வீட்டுக்கும் அப்ப வந்திருப்பா.”

“நீ வீட்டுக்குள்ள விட்டியா? நிரஞ்சன்னு யாரப் பத்தியாவது ஏதாவது கேட்டாளா?” என்று அவசரமாகக் கேட்டேன்.

“இல்ல, அஞ்சு நிமிஷம்தான் அவ இருந்தா. வீட்ல என் ஹப்பி இருந்ததால ரொம்பப் பேச முடியல. நம்ம கிளாஸ்ல நமக்கு

ரெண்டு ரோ பின்னாடி உட்கார்ந்திருந்ததா சொன்னா. நான் தான் அவளை மறந்துட்டேன்னு நினைச்சேன். உன் அட்ரஸ்தான் கேட்டா. ஆமா, யாரு நிரஞ்சன்?"

"என் அட்ரஸக் கொடுத்தியா என்ன?" என்றேன் பரபரப்பாக. கேட்டவுடனேயே தோன்றியது ஜி. சாந்தியிடம் என் புது அபார்ட்மெண்ட் அட்ரஸ் இருக்க வாய்ப்பில்லையே என்று. என் பரபரப்பு கிளம்பியவுடனேயே அடங்கியது.

"என்கிட்டே உன் அட்ரஸ் இல்ல. ஆனா உன்னோட மொபைல் நம்பர், முன்னாடி நீ எப்பவோ தந்தது, அதைக் கொடுத்தேன்" என்று தொடர்ந்தாள்.

என் தொலைபேசி எண்ணைக் கொடுத்தாளா, அந்த எண்ணை நான் இதுவரை மாற்றவில்லை. ஆனால் இன்னமும் எப்போதாவது உபயோகிக்கிறேன். அப்படியென்றால் என் முகவரியை பாப் சாந்தியால் எளிதில் கண்டுபிடித்துவிட முடியும். யோசித்தபோது என் வயிற்றில் புளியைக் கரைத்தது. அதன்பின் ஜி. சாந்தி பேசிய எதிலும் என் மனம் நாட்டம் கொள்ளவில்லை.

ஜி. சாந்தியைச் சந்தித்த அடுத்த நாள் காலை முதல் காரியமாக என் தொலைபேசி எண்ணை மாற்றினேன். சீக்கிரத்திலேயே இந்த வீட்டை நான் காலி செய்துவிட வேண்டும் என்று வீடு தேடத் தொடங்கினேன்.

அன்றிரவு என் வீட்டு அழைப்பு மணி ஒலித்தது. கண்ணாடி வழியாகப் பார்த்தேன். வாட்ச்மேன் நின்றுகொண்டிருந்தார். கதவைத் திறந்தேன். "மேடம், உங்களைப் பாக்கணும்னாங்க."

வாட்ச்மேனின் பின்னாலிருந்து பாப் சாந்தி வந்து நின்றாள்.

மயானக் கொள்ளை

ஆட்டோ அன்னை சத்யா ஸ்டூடியோவுக்கு அருகே முக்கோணப் பகுதியிலிருந்து சாந்தோம் நெடுஞ்சாலைக்கு வேகமாகத் திரும்பியது. சோளிங்கநல்லூரிலிருந்து இங்கே வருவதற்கு ஒன்றரை மணிநேரமாவது ஆகியிருக்கும். இடையில் இரண்டு சாலைகள் ஒருவழிச் சாலையாக மாறியிருந்தன. ஆட்டோக்காரர் முணுமுணுத்துக்கொண்டே வந்தார். "மயிலாப்பூருக்கு இப்படி ஏன் போறீங்க, அந்தப் பக்கம் திரும்பியிருக்கலாமே" என்று செல்வி கேட்டாள். "மெட்ரோ வேலை நடக்குது. அங்கங்கே ரோடு மூடிவச்சிருக்காங்க" என்றார் ஆட்டோ டிரைவர். "எப்படிப் போனாலும் ரெண்டு மூணு கிலோமீட்டர் சுத்தித்தான் போவணும், நீங்க லொகேஷன் சரியா போட்டிருந்தா இப்டியே சுருக்க போயிரலாம்." இறங்கும்போது ஆட்டோக்காரர் பேசியதைவிடக் கூடக் கேட்கப்போகிறார் என்று தெரிந்தது. ஓலா சேவையில் அழைத்த ஆட்டோ என்றாலும் இப்போதெல்லாம் முப்பது நாற்பது சேர்த்துத் தரவேண்டியிருக்கிறது.

மெட்ரோ வேலைகள் தொடங்கிய பின் சென்னை பழைய சென்னையாகவே இல்லை. ஆனால் சென்னை எப்போது பழைய சென்னையாக இருந்தது? அவள் பள்ளிக்கூடத்தில் படித்துக்கொண்டிருந்தபோது தொண்ணூறுகளின் இறுதியில் இளைய தலைவர்தான் மேயராக இருந்தார். அந்தக் காலகட்டத்தில்தான் எத்தனை மேம்பாலங்கள் கட்டினார்கள்! அப்போதுகூட இது பழைய சென்னையாக இல்லை என்றுதான் இங்கே இருந்தவர்கள் நினைத்திருப்பார்கள். செல்வியின் அம்மாவும் அப்பாவும்கூட அப்படித்தான் நினைத்திருப்பார்கள்.

செல்வியின் அப்பா அப்போது எல்.பி. ரோட்டில் ஒரு எலக்ட்ரிகல் கடை வைத்திருந்தார். சிறிய கடைதான். ஆனால் அந்த வருமானம் அவர்கள் கௌரவமாக வாழப் போதுமானதாக இருந்தது. அதன் பின் அங்கே மேம்பாலம் வந்தது. கடைக்கு வருபவர்களால் கடைக்கு முன் வண்டியை நிறுத்த முடியாமல்போயிற்று. வாடிக்கையாளர்கள் குறைந்தார்கள். சில வருடங்களில் அவளுடைய கல்யாணச் செலவுக்கு ஆகும் என்று அவள் அப்பா அந்தக் கடையையும் விற்றுவிட்டார். அந்தக் காசில்தான் அப்பா விக்னேஷுக்கு ஒரு ஸ்வீட் ஸ்டாலை வைத்துக் கொடுத்தார், ஒரு ஹீரோ ஹோண்டாவை வாங்கிக் கொடுத்தார். ஒரு வருடத்திலேயே விக்னேஷ் அதை மாற்றிவிட்டு மார்க்கெட்டில் புதிதாக வந்த வேறொரு பைக்கை வாங்கிக்கொண்டான். ஸ்வீட் ஸ்டாலை மொபைல் போன் கடையாக மாற்றினான். அவளுக்குத் தெரிவிக்காமல் அவன் எடுத்த முடிவுகள்.

மேம்பாலத்தால் போக்குவரத்து நெரிசல் குறைந்ததென்னவோ உண்மைதான். ஆனால் அவள் குடும்பத்தைப் போல ரோட்டோரம் கடை வைத்திருந்தவர்கள் அவதியும்பட்டார்கள். மேம்பாலம், நெரிசல் எல்லாம் ஒருபக்கம் இருக்கட்டும். சென்னையில் புழுதியில்லாத காலமும் ஒன்றிருந்தது என்றால் அந்தக் காலம்தான். நாள் தவறாமல் அதிகாலையில் நகரம் நெடுகச் சாலைகளில் புழுதி வாருவார்கள். இப்போது அதே தலைவர்தான் ஆள்கிறார். ஆனால் சென்னை ஊதிப் பெருத்துவிட்ட, வயது கூடிய வேசியாகப் படுக்கையில் கிடக்கிறது. குழிகளும் பள்ளங்களும் பராமரிக்கப்படாத சாலைகளுமாக கொசுக்கள் மொய்க்கும் ரோக உடல்.

கடற்கரைச் சாலையில் விளக்குகள் பளீரிட்டன. இருட்டில்

கடலின் கருத்த அசைவுகள் தெரிந்தன. ஆட்டோ கடற்கரைச் சாலையிலிருந்து ராதாகிருஷ்ணன் சாலைக்குத் திரும்பியது. சிட்டி சென்டருக்கு முன் ஒரு சிறு சந்துக்குள் நுழைந்து இடது புறம் மற்றொரு சந்துக்குள் சென்று சிறிது தூரம் போய் நின்றது. தன்னுடைய ஹேண்ட் பேக்கையும் ஒரு பெரிய கட்டைப் பையையும் எடுத்துக்கொண்டாள் செல்வி. எதிர்பார்த்ததைப் போலவே பேசியதைவிட நாற்பது ரூபாய் கூடக் கேட்டார் ஆட்டோக்காரர். செல்வி பேரம் பேசிக் குறைத்துக் கொடுத்தாள். விருட்டென்று ஆட்டோவைத் திருப்பியவர் கிளம்பிப் போனார்.

மயானத்துக்கு இட்டுச் செல்லும் அந்தச் சந்தில் மக்கள் நடமாட்டம் அதிகமாக ஆரம்பித்தது. பூட்டிக் கிடந்த பெட்டிக்கடைகளின் படிக்கட்டுகளிலும் தெரு வீடுகளின் வாசல்களிலும் பெண்கள் அமர்ந்திருந்தார்கள். சிலர் முகங்களில் தெரு விளக்குகளின் வெளிச்சத்திலும் முதுமையின் வண்ணமாகி மின்னியது மஞ்சள். ஜீன்ஸும் லுங்கியும் அணிந்த ஆண்கள் ரோட்டில் ஒரு கண்ணும் மொபைலில் ஒரு கண்ணுமாக அளவளாவிக்கொண்டிருந்தார்கள். இரண்டு எட்டு எடுத்து வைத்தால் மயானம்.

இந்த ஏரியா செல்விக்குப் பழக்கமானதுதான். காரணீசுவரர் கோயிலில் ஒரு ஒண்டுக்குடித்தன வீட்டில்தான் அவள் அம்மாவைப் பெற்ற பாட்டியும் தாத்தாவும் வசித்தார்கள். கல்யாணி ஆஸ்பத்திரியில்தான் செல்வியின் அம்மா அவளையும் அவள் தங்கையையும் பிரசவித்தது. "ஒரு நிமிட்தான் அழுதே, அதுக்கப்புறமும் ரொம்ப அழவே இல்லடி நீ, சக்கரைக்குட்டி." செல்வியை அவளுடைய பதினெட்டு வயதிலும் கொஞ்சுவாள் பாட்டி. செல்வியின் தங்கை நீலமணி அப்படியில்லை. செல்வியைவிட இரண்டு வயது சிறியவள். பிறந்ததிலிருந்து நீலமணி எல்லா நேரமும் அழுதுகொண்டிருப்பாளாம். இரண்டரை வயதில் அவள் காணாமல் போய்விட்டாள். வீட்டு வாசலில் நின்றுகொண்டிருந்தவளைத் தூக்கிக்கொண்டு போய்விட்டிருக்கிறார்கள். எப்போதும் அழும் குழந்தை என்பதால் முன்பின் தெரியாதவர் தூக்கும்போது அது அழுததை வீட்டில் யாரும் கண்டுகொள்ளாமல் இருந்திருக்க வேண்டும். அதற்குப் பின் அவள் அம்மாவும் அப்பாவும் நீலமணி எங்கிருந்தாலும் நன்றாக இருப்பதற்காக வேண்டிக்கொண்டு போகாத கோயிலில்லை.

செல்வியின் அம்மாவும் அப்பாவும் செத்துப்போனதும் கோயிலுக்குப் போய்விட்டுத் திரும்பும்போது நடந்த ஒரு விபத்தில்தான். நீலமணிக்காகத்தான் போயிருப்பார்கள். மரக்காணத்தில் செல்லியம்மன் கோயில் திருவிழா. திரும்பும்போது இசிஆரில் பஸ்காரன் அடித்துத் தூக்கிவிட்டான். சாமி வழிபாட்டுக்காகப் போகிறவர்கள் திரும்பி வரும்போது எப்படி விபத்தில் மாட்டி செத்துப்போகிறார்கள், சாமி எப்படி அவர்களைக் கைவிடும் என்று செல்வி யோசித்திருக்கிறாள். கிட்டத்தட்ட தெய்வத்தை மறுக்கும் யோசனை. “அப்டி நெனைக்காதே. அவங்களுக்குணு இங்க மொளச்ச அரிசி அன்னியோட முடிஞ்சிருக்கும். தெய்வத்துக்கிட்டதான் போயிருப்பாங்க.” பக்கத்து வீட்டு ருக்மிணி அக்கா தேற்றுவாள். அப்படியொரு ஆறுதல் வார்த்தைகூட அவள் கணவனிடமிருந்து வரவில்லை, வராது.

விக்னேஷ் தொடக்கத்தில் அத்தனை பாராமுகமாக இல்லை. கல்யாணம் செய்துகொள்வதற்கு முன்பே அவன் அவளுக்கு அறிமுகமானவன்தான். தரமணியில் அவள் வீட்டுக்கு அடுத்த தெருவில்தான் அவன் வீடு. ஒரே சமூகம் என்பதால் அவன் வீட்டில் பெண் கேட்டு வந்தபோது செல்வி வீட்டில் உடனே ஏற்றுக்கொண்டார்கள். இரண்டு பேருக்கும் காதல் என்றில்லாவிட்டாலும் திருமணமான புதிதில் காதல் மாதிரி ஒன்று வந்தது. அதாவது செல்வி அப்படி நினைத்துக்கொண்டாள். ஆனால், இப்போது சில வருடங்களாக அவன் அலட்சியமே உருவாகிவிட்டான். அலட்சியம் இல்லை, புறக்கணிப்பு. இல்லை, அதுவுமில்லை. இது வெறுப்பு.

செல்வி தனக்குத் தானே தலையாட்டிக்கொண்டதை மயானத்தின் நுழைவாயிலில் உட்கார்ந்திருந்த ஒரு பெண் பார்த்துவிட்டு அழைத்தாள். “இங்க இடம் இருக்கு, வாம்மா.” அவள் பெரிய கொண்டை போட்டு அதில் மல்லிகைச் சரம் சூடியிருந்தாள்.

ஒரு கல் பீடத்திலிருந்து மயானத்தில் ஆட்சி செலுத்திக் கொண்டிருந்தான் அரிச்சந்திரன். சாவு என்னும் பரிபூரணமான உண்மையின் மீதான ஆட்சி. அரிச்சந்திரனின் சிலைக்கு முன்னால் கணக்கில்லா தீபங்கள் எரிந்துகொண்டிருந்தன. சாவுக்கு ஏது கணக்கு? அவன் சிலைக்கு இரண்டு பக்கமும் பின்னாலும் நிறைய பெண்கள் அங்கும் இங்கும் நடந்துகொண்டிருந்தார்கள். சிலர்

இடுப்பில் குழந்தைகள் இருந்தன. "தள்ளிக்கங்க." தட்டுத் தடுமாறி, தன்னை அழைத்தவளின் அருகில் சென்றாள். பாதையை ஒட்டி இருந்த சிறிய குத்துச்சுவரில் தன்னுடைய கட்டைப்பைகளை ஒதுக்கிவைத்து செல்விக்கு அமர இடம்கொடுத்தாள்.

"எங்கிருந்து வர்றீங்களோ, நேரத்திலேயே வந்திருக்கலாம். எம்மாம் கூட்டமாயிருச்சி பாருங்க!"

"சோளிங்கநல்லூரு. ஆட்டோ பிடிச்சிட்டுத்தான் வரேன். வீட்ல வேலைய முடிச்சிட்டு வந்தேன். அதான்."

கையோடு கொண்டுவந்திருந்த இரண்டு வாழை இலைகளில் எலுமிச்சை, சாம்பார் சாதங்களையும் கொத்துக்கடலை சுண்டலையும் உருளைக்கிழங்கு வறுத்ததையும் இரண்டு அவித்த முட்டைகளையும் எடுத்து வைத்தாள். முட்டை இன்னும் மூன்று கொண்டு வந்திருக்கலாம்.

கிளம்பும்போது இந்த முட்டையால்தான் வீட்டில் பிரச்சினையாயிற்று. "முட்டை தோசை கிடைக்குமா?" விக்னேஷ் சாப்பிடும்போது கேட்டான். "போட்டுத் தா" என்று உரிமையாகச் சொல்வதெல்லாம் சில வருடங்களாக மாறிப்போயிற்று. கிடைக்குமாவாம். அவள் என்ன சாப்பாட்டுக்கடையா நடத்துகிறாள்? "படையலுக்குத்தான் ரெண்டு முட்டை எடுத்து அவிச்சி வச்சிருக்கேன். கடைல வாங்க மறந்துட்டேன்."

அவன் என்ன படையல், யாருக்கு என்றெல்லாம் கேட்கவில்லை. "ப்ச்." நகர்ந்துவிட்டான். பெட்ரூம் கதவை அடித்துச் சாத்தும் சத்தம் கேட்டது. இப்போதெல்லாம் சின்ன சின்ன விஷயங்களுக்குக்கூட ஆத்திரத்தைக் காட்டுகிறான். கை ஓங்குவதும் அதிகமாகிவிட்டது. சென்ற வாரத்தில் மட்டும் மூன்று முறை. செல்வியின் அம்மா அப்பா மட்டும் இன்று உயிரோடிருந்தால் அவனிடம் அவளுக்காக வந்து பேச ஆளிருந்திருக்கும்.

செல்வி இரண்டு வாழை இலைகளைக் கையில் எடுத்துக்கொண்டு எழுந்தபோது "இருங்க, நானும் வரேன்" என்றாள் கொண்டைக்காரம்மா. இருவரும் ஆளுக்கொரு இலையைக் கையில் ஏந்தியபடி அரிச்சந்திரனுக்கு முன்னால் வந்தார்கள். அரிச்சந்திரனின் பார்வையில் ஜனங்கள் அங்கே மறைந்துபோன உறவினர்களுக்குப் படையல் கொடுத்துக்கொண்டிருந்தார்கள்.

வாழை இலைகளிலும் பாக்கு மட்டைகளிலும் படையல்கள் பரத்தப்பட்டிருந்தன. டப்பாவிலிருந்து ஒரு பாக்கு மட்டையில் பலாச்சுளைகளை வைத்துக்கொண்டிருந்த ஒரு பாட்டி உடைந்து அழுதாள். ஒரு தீபத்துக்கு முன் குத்துக்காலிட்டுக் கைகளால் முகத்தை மூடிக்கொண்டிருந்த ஒரு பெண்ணை — திருநங்கையோ — யாரோ தேற்றிக்கொண்டிருந்தார்கள்.

செல்விக்கு ஒரு இலையைப் பரத்தத்தான் இடம் கிடைத்தது. ஏற்கெனவே அவ்விடத்தில் படையல் வைத்திருந்த ஒரு குடும்பத்திடம் அவர்கள் இலையை நகர்த்தச் சொல்லிக்கேட்டாள். "எங்க எலைக்கே இடமில்லை." மனமில்லாமல் நகர்த்தினார்கள். இரண்டு இலைகளையும் ஒன்றாக நெருக்கி வைத்தாள். கொண்டைக்காரம்மா தேங்காயை உடைத்துக்கொண்டு வந்தாள். இலையில் வைத்திருந்த அரை டஜன் வாழைப்பழங்களில் ஒன்றில் வத்தி செருகப்பட்டது. செல்வி மூன்று அகல் விளக்குகளை ஏற்றினாள். "ஒண்ணை மறந்துட்டேம்மா" என்று அவர்கள் உட்கார்ந்திருந்த இடத்துக்கு ஓடினாள் செல்வி. திரும்பி வந்தவளின் கையில் மூன்று பெரிய கிட்கேட் சாக்லேட்டுகள். இலையில் அவற்றையும் வைத்துக் கண்ணை மூடிக்கொண்டாள் செல்வி. வயிற்றிலிருந்து எழும்பிய கனலை விழுங்கிக்கொண்டாள். ஒரு தேய்ந்த விம்மல் நினைவைக் கோடிட்டு மறைந்தது.

கொண்டைக்காரம்மாவும் செல்வியோடு சாமி கும்பிட்டாள்.

"நல்லா வேண்டிக்கங்கம்மா" என்றாள். சற்றுப் பொறுத்து, "யாருக்குப் படையல்?" என்று ஆதுரமாகக் கேட்டாள்.

"எங்க அம்மா, அப்பாவுக்கு. எட்டு வருஷம் முன்னாடி ஆக்சிடெண்ட். உடம்பும் முழுக்கக் கிடைக்கல."

"சாக்லேட் படைச்சீங்களேனு..."

செல்விக்குத் தாங்க முடியவில்லை. தனக்கு முன்பின் தெரியாத கொண்டைக்காரம்மா பார்க்க அழலாமா என்றெல்லாம் நினைக்கத் தோன்றவில்லை. ஆனால் அவள் என்னவென்று சொல்வாள்? வயிற்றில் தங்காத பிள்ளைகளுக்கு என்று விளக்கலாம். சொல் ஆகாத சொற்கள் நெஞ்சை அடைத்தன. ஒரு குழந்தை, ஒன்றே ஒன்று தங்கினால் போதும். விக்னேஷ் மாறிவிடுவான். எல்லாமே மாறிவிடும். பறிகொடுத்த வருத்தம் ரணத்திலிருந்து வடுவாக மாறிவிடும்.

குழந்தை பிறந்தால் விக்னேஷ் மாறிவிடுவானா? இப்போதெல்லாம் வீட்டுக்கு நேரத்துக்கு வருவதில்லை. தன்னுடைய மொபைல் கடைக்குக்கூட அவன் ஒழுங்காகப் போவதாகத் தெரியவில்லை. விசாரித்துப்பார்த்தாலும் உண்மையைச் சொல்வானோ என்னவோ. பேச்சே குறைந்துவிட்டது. இதில் எங்கே விசாரிப்பது? அவனுக்கு ஏதோ தொடுப்பு இருக்கலாம் என்று ருக்மிணி அக்கா சந்தேகப்படுகிறாள். குழந்தை பிறந்துவிட்டால் வீட்டில் தங்குவான் என்று அக்கா நம்புகிறாள். ஆனால் குழந்தை பிறந்த பிறகு செல்வியையும் குழந்தையையும் சேர்த்து அடித்துத் துன்புறுத்தினால்? இந்தச் சூழ்நிலையில் குழந்தை வேண்டுமா என்ன?

யோசித்தபடி மரமாய் நின்ற செல்வியின் கையைப் பிடித்து அவர்கள் உட்கார்ந்திருந்த இடத்துக்கு அழைத்து வந்தாள் கொண்டைக்காரம்மா. அவள் கையைச் செல்வி இறுகப் பற்றிக்கொண்டாள். கொண்டைக்காரம்மாவுக்கு ருக்மிணி அக்காவைவிடப் பத்து வயது அதிகமாக இருக்கும். பக்கவாட்டு ஜாடைகூட அக்கா மாதிரிதான்.

இன்னும் அங்காளம்மா மயானத்துக்கு வரவில்லை. செல்வியை மயானக் கொள்ளைக்குப் போகச் சொன்ன ருக்மிணி அக்கா தெளிவாகக் கூறியிருந்தாள். “சுருக்கப் போயிரு, அம்மா மயானத்துக்கு வர்றப்ப பாக்காதே. பொரி கடலை பழம் மிட்டாயெல்லாம் சூறை எறிஞ்சிட்டு ஆங்காரமா வருவா. அவ திரும்ப போறப்ப சந்தோஷமா போவா. அப்போ பாத்து வேண்டிக்க.” ருக்மிணி அக்காவும் வந்திருக்கலாம். ஆனால் அவள் பையனுக்குக் காய்ச்சல்.

“அப்பவே ஜம்மி பில்டிங்காண்ட சாமி திரும்பிருச்சி. இதோ வந்துரும்,” ஒரு இளைஞன் தன் மனைவியிடம் சொல்லிக்கொண்டிருந்தான். இருவரும் இழைந்துகொண்டிருந்தனர். புதிதாகத் திருமணமானவர்கள்போல. அவள் தன் மூக்கை அவனது அடிக்கன்னத்தில் தேய்த்தாள். கிறக்கமும் மையலும் அவன் முகத்தில் ஏறின. செல்விக்கு உடல் சிலிர்த்தது.

விக்னேஷுக்கும் அவளுக்கும் இப்படியான தருணங்கள் ஒருகாலத்தில் இருந்தன. அவன் பிஸினஸ் அப்போதுதான் பிக்-அப் ஆகிக்கொண்டிருந்தது என்றாலும் அவ்வப்போது அவர்கள்

ஊர்சுற்றத் தவறியதில்லை. இருவருக்குமே குழந்தை வேண்டும் என்று ஆசையிருந்தது. ஆனால் முதல் ஐந்து ஆண்டுகள் செல்வி கருவுறவில்லை. அதன்பின் கருவுற்றும் தங்கவில்லை. இப்போது கருவுறுவதற்கான வாய்ப்பே இல்லை. சேர்ந்தால்தானே? அம்மனிடம் அவள் உண்மையில் கேட்க வேண்டியது "அவனை என்னோடு படுக்கவை" என்பதுதான். இதைக் கேட்டால் சாமிக் குற்றமாகிவிடும் என்று உடனே நினைத்துக்கொண்டாள்.

கொண்டைக்காரம்மாவும் செல்வியும் மயானத்துக்குள்ளே நடந்து வந்தார்கள். அந்த மயானம் விஸ்தாரமாக இல்லை என்றாலும் திருவிழா களைகட்டியிருந்தது. சைக்கிள் கேனில் டீ விற்பவரிடம் கொண்டைக்காரம்மா தனக்கும் செல்விக்கும் டீ வாங்கினாள். டீயைக் குடித்துவிட்டு முன்னே நகர்ந்தார்கள். எதிரே ஐம்பது அடி சொச்சத்துக்கு மண்ணால் செய்த சிலை. ஈரம் காயவில்லை. அதன் கண்களாகப் பெரிய பெரிய முட்டைகள்.

சிலை மீது ஏறி மண்வெட்டியால் அதன் தொடைகளை இருவர் திருத்திக்கொண்டிருந்தார்கள்.

"அம்மா வரப்ப பாரு. அவங்களும் கூட வர்றவங்களும் தொம்சம் பண்ணி கலைப்பாங்க. மண் எடுக்க ஜனம் போட்டாபோட்டி போடும்."

கொண்டைக்காரம்மா மயானக் கொள்ளைக்கு இதற்கு முன் பலமுறை வந்திருக்க வேண்டும். செல்வி கூட்டத்தைப் பற்றிக் கொஞ்சம் கவலைப்பட்டாலும் ஒரு அனுபவசாலி கூட இருப்பதால் சமாளித்துவிடலாம் என்று எண்ணினாள்.

"இந்த பொம்மை அரக்கனாமா?"

பூசாரி போலத் தோற்றமளித்த ஒருவர் சிலையின் வயிற்றுப்பகுதிக்கு ஏறினார். பெரிய பையிலிருந்து மாமிசம் போல எதையோ எடுத்து வயிற்றைக் கீறி அதன் உள்ளே வைத்தார்.

"வல்லாளசூரன்ம்பாங்க. அவன் பொண்டாட்டிம்பாங்க. அவ புள்ளத்தாச்சியா இருந்தப்ப அம்மா அவ வயித்த கீறிக் கொழந்தையை எடுத்தாம்பாங்க."

வயிற்றைக் கீறிக் குழந்தை என்றதும் செல்விக்குப் பக்கென்றது. குழந்தைக்காக வேண்டி இங்கே வந்திருக்கிறோமே, வந்தது சரியில்லையோ.

“ஆனா இதுவும் அம்மாவேதான்.”

செல்விக்குப் புரியவில்லை. அம்மனே எதற்குத் தன்னைச் சிதைத்துக் கொள்கிறாள்? பழைய உருவம், பிறவி எதுவும் வேண்டாமென்றா? தான் சாகடிக்கப்பட்டதை மறக்கப் பார்க்கிறாளா? தான் சாகடிக்கப்பட்டதே மறந்துவிட்டதா?

சிலையின் தலை இருந்த பக்கத்தில் நிலம் இறங்கி முட்செடிகள் நிரம்பியிருந்தன. முட்செடிகளுக்கும் சிலைக்கும் இடையில் ஏற்கெனவே நின்றுகொண்டிருந்த சிலருடன் இருவரும் சேர்ந்துகொண்டார்கள். இரவு பூச்சிக் கூட்டமாகச் சப்தமிடத் தொடங்கியிருந்தது.

“சாமி வர்றப்ப கூட்டம் நெருக்கும். பின்னாடி போயிராதீங்க. அத்தினியும் முள்ளுச் செடி.”

அங்கிருந்தவர்களை எச்சரித்த கொண்டைக்காரம்மா செல்வி பக்கம் திரும்பினாள்.

“ஆரம்பத்துல ஜீவராசிங்க எதுவும் பொறக்கல. அம்மா மட்டும்தான் இருந்தா. தனிமைல. ஒத்தையாளா இருக்கோமேனு அவளுக்குக் கஷ்டமா இருந்துச்சி. இது ஒன்னும் சரியில்லனு அவதான் ஈசுவரனையும் பெருமாளையும் பிரம்மாவையும் படச்சா. தொண வேணும்னுட்டு.”

இவர்கள் பக்கத்தில் நின்றிருந்த ஒரு கரைவேட்டிக்காரர் பாலிதீன் பையோடு சிலையை நெருங்கினார். சிலையிலிருந்து ஒரு பிடி மண்ணை அள்ளி எடுத்துப் பைக்குள் போட்டார்.

செல்விக்குப் பின்னால் நின்றுகொண்டிருந்த ஒருவர் அதட்டலாக எச்சரித்தார்.

“மண்ணை இப்ப அள்ளக்கூடாது. சாமி வந்துட்டு போனதுக்கப்புறம் தான் எடுக்கணும். தப்பாப் போயிரும்.”

“என்னாத்த சொல்றது. அவசரப்பட்டு எடுக்குதுங்க.”

திரும்பி அவரிடம் அலுத்துக்கொண்டாள் கொண்டைக்காரம்மா. பாலிதீன் பைக்காரர் எடுத்து மண்ணைக் கொட்டிவிட்டுத் திரும்பினார். இவர்களோடு இணைந்துகொண்டார்.

கதை சுவாரசியத்தில் அந்த இடையூறைப் பொருட்படுத்தாமல் செல்வி கேட்டாள்.

“அப்புறம் என்னாச்சி?”

“அதான். பெருமாள் நீ என் தங்கச்சினுட்டார். பிரம்மா நீ என் அம்மானுட்டாரு. ஈசுவரன் மட்டும் ஒரு கண்டிஷன் போட்டாரு. ஒன் நெத்தில இருக்கற கண்ணு ஒனக்கு நல்லால்ல. அதப் பாத்தா பயந்து வருது. எனக்கு அதைக் கொடுனாரு.”

“கொடுத்துட்டாங்களா?”

“கேட்டது அவ புருஷனாச்சே. கொடுக்காம?”

அம்மாவுக்கும் ஈசுவரனுக்கும் கதையில் கல்யாணமே நடக்கவில்லையே, எப்படி புருஷன் என்று யோசித்தாள் செல்வி.

“நெத்திக் கண்ண வாங்கிக்கிட்டு சிவன் அவள எரிச்சிட்டான். அம்மா சாம்பலாயிட்டா. சாம்பலா படுத்துக் கிடக்கா.”

கதையை அரைகுறையாகக் கேட்டுக்கொண்டிருந்த பாலிதீன் பைக்காரர் “இது புத்து மண்ணுதானே, இதில சாம்பலும் போடுவாங்களா?”

கொண்டைக்காரம்மா பதில் சொல்வதற்குள் கொட்டுச் சத்தம் நெருங்கிவிட்டது. அம்மன் ஊர்வலமும் நெருங்கிவிட்டது. அது மயானத்துக்கு வருவதற்கு முன்னால் காளி வேடமிட்டிருந்த கொஞ்சம் பேர் உடலெங்கும் கருமை பூசி எட்டுக்கைகளுடனும் திரிசூலத்துடனும் நடந்து வந்தார்கள். மயானத்தில் கம்பங்களில் கட்டப்பட்டிருந்த டியூப்லைட் வெளிச்சத்தில் அவர்களது உதடுகளின் சிவப்பு லிப்ஸ்டிக் அடர்சிவப்பானது. முகங்களில் ரத்த ஒளியைக் கூட்டி காளியாகவே மாற்றிக் காட்டியது.

பம்பைக்காரர்கள் துரித கதியில் அடித்தார்கள். தவிலும் நாதசுரமும் இணைந்தன.

“பிரம்மா தலை ஆடிட்டு வருது பாரு.” குட்டை முடியுடன் இருந்த ஒரு பெண் சிறுமி ஒருத்தியிடம் விவரித்துக்கொண்டிருந்தாள். ஓட்டமும் நடையுமாக ஐந்து முகத்துடன் அட்டையில் செய்த தலையுடன் வந்துகொண்டிருந்தவரை நோக்கி ஓடிச் சென்று அவருடன் அந்தச் சிறுமி சட்டென ஒரு செல்ஃபி எடுத்தாள்.

“கபாலத்தோட போயி செல்ஃபி எடுக்குது பாரு. இந்த சூரனுக்குத் தான் அம்மா சூறை வீசிட்டு வர்றா. என்ன ஆக்ரோஷமா வர்றா பாரு.”

கொண்டைக்காரம்மாவையும் செல்வியையும் கூட்டம் முன்னும் பின்னும் தள்ளியது. செல்வி கீழே விழுந்திருப்பாள். கொண்டைக்காரம்மா "பாத்து, பாத்து" என்று செல்வியைப் பிடித்துக்கொண்டாள்.

"காலை ஊனி நில்லும்மா."

செல்வியும் கொண்டைக்காரம்மாவும் முட்செடிப் பகுதியிலிருந்து இடது பக்கமாகக் கூட்டத்துக்குள்ளாக நகர்ந்தார்கள். "ப்பா, செம கூட்டம் அம்முது." காதருகே கேட்ட குரலால் செல்வி திரும்பினாள். முன்பு பார்த்த ஜோடிதான். அந்த இளைஞன் தன் மனைவியிடம் சொல்லிக்கொண்டிருந்தான். "செயினு பத்திரம். இதை எதுக்கு போட்டு வந்தே?" கூட்டத்தின் கசகசப்பில் இருவர் முகங்களும் வியர்த்திருந்தன. செல்விக்கும் அவன் மனைவிக்குமிடையே அவன் நின்றுகொண்டிருந்தான். ஒரு பாதுகாப்பு வளையம் போல மொத்த உலகத்திலிருந்தே அவளைக் காப்பாற்றிவிடுவான் போலத் தன்னுடைய கையை மனைவியின் முதுகைச் சுற்றி அவள் தோள்பட்டையில் அழுத்தியிருந்தான்.

சிலையைச் சுற்றிலும் கூட்டம் நெருக்கியது. பெண் போலீஸ்காரர்கள்தாம் அதிகம் இருந்தார்கள். லத்தியைச் சுழற்றினார்கள். முண்டியடித்த ஜனங்களைப் பின்னால் போ போ என்று தள்ளினார்கள். அதில் செல்வியும் இளம் தம்பதியும் பின்னுக்குத் தள்ளப்பட்டார்கள். கொண்டைக்காரம்மா கூட்டத்தில் எங்கே போனாள் என்று தெரியவில்லை. அம்மனை டயர் வண்டியில் வைத்துக்கொண்டு வந்தவர்களுக்கு முன்னால் ஓட்டமும் நடையுமாக வந்தவர்கள் ஏதோ விசிறிப்போட்ட மாதிரி தெரிந்தது. தின்பண்டங்களாக இருக்க வேண்டும். அட்டைத் தலையை அணிந்த பிரம்மா அவற்றை கேட்ச் பிடிக்கக் குதித்தார். அம்மன் திருவுரு மண் சிலையின் பாதங்களின் மீது ஏறி, தொடைக்கு நகர்ந்தது.

அம்மனுக்கு முன்னால் நடந்த சிவப்புத் துண்டு பூசாரிக்கு சாமி வந்தது. குனிந்து சிலையின் வயிற்றில் கையால் நோண்டி மாமிசத்தை எடுத்தார். அதை உயர்த்திக் கூட்டத்துக்குக் காட்டினார். "ஆட்டுக் கொடலு" என்றான் இளைஞன். "எங்கூர்ல ஆட்டுக்கொடல மொறத்துல கொண்டாருவாங்க" என்றாள் அவன் மனைவி. "என்னா மொறம் அது?" என்று கிண்டல்

தொனிக்கக் கேட்டான் அவன். ஒட்டிக்கொள்ள இடமே இல்லாமல் ஒட்டிக்கொண்டிருந்தபோதும் "ம்" என்று இழைந்து இன்னும் ஒட்டிக்கொண்டாள் அவள். செல்வி அவர்களிடமிருந்த கடைக்கண் பார்வையைத் திருப்பி எம்பி அம்மனைப் பார்க்க முயன்றாள். இரண்டு தலைகளுக்கு நடுவே பூசாரி தெரிந்தார்.

அருள் வந்து ஆடிக்கொண்டிருந்த பூசாரி சிலையிலிருந்து கீழே இறங்கப் பார்த்தார். இன்னொரு பூசாரி வேகமாக ஓடி வந்து அவரிடம் ஒரு கோழியையோ சேவலையோ கொடுத்தார். அதைக் கையில் ஏந்தியபடி சிலையின் மீதும் அதைச் சுற்றியும் தாறுமாறாக ஓடினார் முதல் பூசாரி. அவருக்குப் பின்னாலும் சிலைமீதும் பலர் குறுக்கே நெடுக்கே ஓடினார்கள். பூசாரி கோழியின் கழுத்தைக் கடித்தாரா? செல்வியின் கண்களுக்குத் தெளிவாகத் தெரியவில்லை. அந்தக் கணத்தில் அத்தனை விளக்குகளையும் அமாவாசை இருள் உண்டுவிட்டிருந்தது.

அங்கங்கே பெண்கள் சாமி வந்து ஆடினார்கள். செல்விக்கு வலது புறம் நின்றிருந்த ஒரு பெண்ணுக்கும் சாமி வந்தது. தன் கைகளைத் தலைக்கு மேல் கோத்து லயமாகச் சீறும் மூச்சுடன் உடலை வெகுவாக வளைத்து ஆடத் தொடங்கியிருந்தாள். அவளுக்காகக் குழுமியிருந்தவர்கள் நகர்ந்ததில் செல்வியின் உடல் அந்த இளைஞனின் உடலுக்கு மிக அண்மையில் வந்தது. அவளுடைய மூக்கு இளைஞனின் கழுத்தைக் கிட்டத்தட்ட தொட்டுவிட்டது. ஒரு கணம் இளைஞனின் கண்கள் செல்வியின் கண்களைச் சந்தித்தன. செல்வி சுதாரித்துக்கொண்டு சட்டென நகர முயன்றாள். தீனமான குரலில் "வழி விடுங்க" என்று முன்னாலும் பின்னாலும் இருந்தவர்களிடம் சொன்னாள். யாரும் நகர்வதாகத் தெரியவில்லை. நகர இடமில்லை.

அம்மனின் திருவுரு முதல் சுற்று முடிந்து இரண்டாம் சுற்று வந்தது. செல்விக்குத் தலை சுற்றுகிற மாதிரி இருந்தது. ஆனால் அம்மன் அவர்கள் நின்ற இடத்தைக் கடந்தவுடன் அவள் முன்னால் இருந்த கூட்டம் நெகிழ்ந்தது. புதுக் காற்று அவள் முகத்தைத் தொட்டது. மயானத்திலிருந்து மக்கள் கிளம்பத் தொடங்கிவிட்டார்கள். என்றாலும் சிலையின் பாதங்களைச் சுற்றி ஒரு கூட்டம் நெருக்கியடித்து நின்றுகொண்டிருந்தது. எப்படி மண் எடுப்பது என்ற யோசனையில் செல்வி முன்நகர்ந்தபோது

கொண்டைக்காரம்மா அவள் கையைத் தொட்டு அருகில் இழுத்தாள்.

“ஒனக்காக மண் எடுத்தாந்திருக்கேன். வாங்கிக்க.”

செல்வி முந்தானையை விரித்து ஈர மண்ணை வாங்கிக்கொண்டாள். நுனியில் அதை முடிச்சிட்டுக்கொண்டாள்.

“வீட்ல வாசல்ல மஞ்சத் துணில கட்டித் தொங்கவிடு. கெட்ட காத்து அண்டாது.”

இருவரும் அங்கிருந்து சென்றுகொண்டிருந்தவர்களோடு இணைந்துகொண்டார்கள். அரிச்சந்திரனின் சிலையைக் கடக்கும்போது “நின்னு கும்பிட்டுக்க.” செல்வியை நிறுத்தினாள் கொண்டைக்காரம்மா. “மயானத்துக்கு வந்தா தாத்தன்ட்ட சொல்லிட்டுப் போவணும்.” அரிச்சந்திரன் செல்வியையே பார்த்த மாதிரி இருந்தது.

படையல்கள் சிதறிக் கிடந்தன. சாமியின் காலடிகளும் கூட்டத்தின் காலடிகளும் செய்த வேலை. தான் படையல் வைத்த இடத்தை செல்வி தேடினாள். கண்டுபிடிக்க முடியவில்லை. அவள் குழந்தைகள் சாக்லேட்டுகளை எடுத்துத் தின்றிருப்பார்கள்.

செல்வியை ஆட்டோ ஏற்றிவிட்டுத்தான் கொண்டைக்காரம்மா நகர்ந்தாள். மயானத்தின் வாசலிலேயே அவளுக்கு ஆட்டோ கிடைத்தது. “அந்தப் பக்கம்தாம்மா போறேன்” என்று பேரம் பேசாமல் ஏற்றிக்கொண்டார் ஆட்டோக்காரர். செல்விக்கு அது நல்ல அறிகுறியாகப் பட்டது. இனி எல்லாம் நல்லதாக நடக்கும்.

ஆட்டோவிலிருந்து செல்வி இறங்குகையில் கிட்டத்தட்ட நள்ளிரவு. குளிர்ந்த காற்று அவள் கழுத்தையும் முகத்தையும் வருடியது. மழை வரப்போகிறதோ. செல்வி கதவைத் தட்ட கைவைத்தபோதுதான் அது வெளியே தாழ்ப்பாள் போடப்பட்டிருந்ததைப் பார்த்தாள். பூட்டு இல்லை. உள்ளே நுழைந்தாள். மின்விசிறி ஓடிக்கொண்டிருந்தது. விக்னேஷ் பக்கத்தில் எங்கேயாவது போயிருப்பான்.

கட்டைப் பையைக் கீழே வைத்தவள் சட்டென வெறுமையை உணர்ந்தாள். வீடு கொள்ளை போனதுபோல. ஹாலில் சோஃபா இல்லை, டீப்பாய் இல்லை, தொலைக்காட்சி இல்லை.

சமையலறையும் ஹாலும் சேரும் வளைவில் வைக்கப்பட்டிருந்த ஃப்ரிட்ஜ் இல்லை. வேறு வீட்டுக்கு வந்துவிட்டோமோ என்று பதறி நிமிர்ந்தாள். அவளுடைய அம்மாவும் அப்பாவும் மாட்டப்பட்ட புகைப்படத்திலிருந்து அவளைப் பார்த்தார்கள். பூஜை அலமாரியில் இன்னும் விளக்கு எரிந்துகொண்டிருந்தது.

படுக்கையறையில் கட்டில் இல்லை. திறந்திருந்த ஒரு இரும்பு அலமாரி காலியாகத் தெரிந்தது. விக்னேஷின் துணிமணிகள் இல்லை. கடைக்கு அவன் எடுத்துச் செல்லும் முதுகுப் பை இல்லை. அவன் மொபைலை வழக்கமாக சார்ஜ் பண்ணும் இடத்தில் சார்ஜர் இல்லை.

இன்னொரு அலமாரியைத் திறந்து பார்த்தாள். அவளுடைய தங்கச் சங்கிலியும் சில கம்மல்களும் புடவைகளும் வைத்த இடத்தில் இருந்தன. எதுவும் தொலையவில்லை.

அவன் தன்னுடைய பொருள்களுடன் தான் சொந்தம் கொண்டாடும் பொருள்களுடன் வீட்டை விட்டுப் போய்விட்டான் என்று செல்விக்குப் புரிய நேரம் பிடிக்கவில்லை. அப்படியே தரையில் உட்கார்ந்தவள் சற்றைக்குப் பின் எழுந்து கதவைச் சாத்தினாள். ஒரே மூச்சில் செம்பு நிறையத் தண்ணீர் குடித்தாள். வாயைத் துடைத்துக்கொண்டு அப்படியே ஹாலில் மல்லாந்து படுத்தாள். மயானத்திலிருந்து எடுத்த மண்ணுக்காக முந்தானையில் போட்டிருந்த முடிச்சு விலாவில் உறுத்தியது. செல்விக்கு அசைய மனமில்லை.

ஜன்னல் அடித்துக்கொண்டது. சுகமான காற்று. அவளுடைய தலைமுடிக் கற்றை பறந்து மூக்கு நுனியில் பட்டு குறுகுறுத்தது. தான் சாமியிடம் எதையுமே வேண்டிக்கொள்ளவில்லை என்ற நினைப்பு அவள் மனதில் தோன்றி அதே கணத்தில் மறைந்தது.

மழை நிற்கப்போவதில்லை

பொழுது புலரத் தொடங்கியிருந்தது. குளிர் இன்னும் விடவில்லை. போர்த்திக்கொண்டிருந்த சாக்குகளை உதறியபடி எழுந்தான் சந்தானம். மண்டபத்தின் உள்ளடங்கிய மூலையில் மூன்று ஆட்டுக்குட்டிகள் நின்றுகொண்டிருந்தன. முந்தாநாள் இரவு இந்த மண்டபத்துக்கு வந்து சேர்ந்தபோது, நல்லவேளை, பாதுகாப்பான இடத்தில் அடைக்கலமாகிவிட்டோம் என்று ஆறுதலாக இருந்தது. குளிரில் நடுங்கியபடி, கடும் சளியிலும் காய்ச்சலிலும் விசிலாகவே மாறிவிட்ட மூச்சை இழுத்துவிட்டபடி அந்த மலைப்பகுதியில் இருந்த கோயிலுக்கு ஏறி வந்திருந்தான். ஊரிலிருந்து பல நூறு அடிகள் உயரத்தில் இருக்கும் இடம் இந்தப் பகுதி. பரிச்சயமான இடம்தான். ஆனால் வேறு கண்டம் மாதிரி இப்போது அவனுக்குத் தோன்றியது. பரிச்சயமானதாக இருந்ததெல்லாம்தான் மாறிவிட்டதே என்று நினைத்துக்கொண்டான். அதுவும் கொஞ்ச காலமாக நடப்பவை.

முதலில் வழக்கமாக வரும் வடகிழக்குப் பருவ மழை என்றுதான் சொன்னார்கள். செய்திகளில், சமூகவலைதளத்தில். ஐந்தாறு நாட்கள் காலையும் மாலையும் தீர்மானமாக நின்று நிதானமாக ஆனால் ஒரு நொடி விடாமல் நல்ல மழை பெய்தபோது அந்தப் பகுதி மக்களைக் கொஞ்சம் கவலை பற்றிக்கொண்டது. எத்தனை நாட்கள் அடர் சாம்பல் நிறத்தைப் பகல் என்று நினைத்துக்கொள்ள முடியும்? “நம் ஊர் மட்டுமில்ல, அங்கேயும் அப்டித்தானாம், அங்க இப்ப நின்னுடுச்சாம். நம்ம ஊர்ல அங்கைக்குப் பின்ன ரெண்டு நாளு தாமதமாதான் தொடங்கிச்சி. அதனால ரெண்டு நாள்ள நின்னுரும்,” என்று மழையை மீறி அக்கம்பக்கத்து ஆட்களைப் பார்க்க முடிந்தவர்கள் ஒருவருக்கொருவர் ஆறுதல் சொல்லிக்கொண்டார்கள். ஒரு வாரத்துக்குப் பின் கலங்க ஆரம்பித்தார்கள். இப்படி விடாமல் பெய்கிறதே என்ற கவலை பேச்சிலிருந்து கண்ணுக்குப் போனது. ஆனால் கண்ணுக்கு எந்த வானமும் தென்படவில்லை. எப்போது அண்ணாந்து பார்த்தாலும் ஒரே நீர்க்கோளம். தரையிலோ குளங்கள், கண்மாய்கள், சாக்கடைகள் எல்லாம் நிரம்பி வழிந்து தள்ளாடின. ஆடுமாடுகள், துணிகள், டயர்கள், வாகனங்கள், விதவிதமான வீட்டுச் சாமான்கள், பிளாஸ்டிக் தொட்டில்கள், வாளிகள், கம்மோடுகள், இடிந்த வீட்டுச் சுவர்களின் பகுதிகள், பின்னர் உப்பின பிணங்கள், அவற்றின் கூட்டம் என்று வெள்ளம் காட்டிச்சென்ற காட்சிகள் கூடிக்கொண்டேபோயின.

சந்தானத்தின் வீடு முதலில் பாதிக்கப்படவில்லை. அவனுடைய வீடு மலைக்குப் போகும் வழியில் ஏற்றத்தில் இருந்தது. வீட்டில் அம்மா இறந்த பின் அவன் தனியாகத்தான் இருந்தான். அதனால் அவனுக்கான பொறுப்பு மட்டுமே இப்போது அவனுக்கு இருந்தது. அவன் நூலகராக இருந்த பள்ளிக்கூடத்துக்கு மழையை முன்னிட்டு விடுமுறை விட்டிருந்தார்கள். பெரிய நூலகம் ஒன்றுமில்லை. இரண்டு அறைகள் கொண்ட நூலகம். போன மாதம் பெய்த மழையின்போது நூலகத் தாழ்வாரத்துக்குள் தண்ணீர் வந்துவிட்டதால் அவசர அவசரமாக அவனும் கனகராஜ் வாத்தியாரும் புத்தகங்களை அட்டைப் பெட்டிகளிலும் சாக்குகளிலுமாகப் போட்டுப் பரண்களிலும் பிரின்சிபால் அறையை ஒட்டியிருந்த அலுவலக அறையிலுமாக அடுக்கி வைத்திருந்தார்கள். அவற்றைப் பிரிப்பதற்குள் அடுத்த மழை பெரிதாக வந்துவிட்டது.

மழை பெய்யத் தொடங்கி நான்காம் நாள் அவன் போனில் சார்ஜ் தீர்ந்துபோயிருந்தது. வெள்ளம் பற்றிய தகவல்கள் நின்றுபோயின. மின்சாரம் துண்டிக்கப்பட்டிருந்தது. சில நாட்களிலேயே மண்ணெண்ணெய் அடுப்பில் எளிய சாப்பாடு என்பது பழகிப்போன விஷயமாக மாறியது. பள்ளிக்கூட நினைப்பும் கட்டுகளாகக் கட்டிவைத்திருந்த புத்தகங்களின் நினைப்பும் அவனுக்கு வராமல் இல்லை. ஆனால் இந்த மழையில் யார்தான் பள்ளிக்குப் போயிருப்பார்கள்? கனகராஜ் வாத்தியார் அடுத்த டவுனிலிருந்து பைக்கில் வேலைக்கு வருபவர். அங்கே என்ன நிலவரமோ? இங்கே அடிக்கிற அடிக்கு பிரின்சிபால் அறையே அடித்துக்கொண்டு போயிருக்கலாம். எதுவாக இருந்தாலும் பார்த்துக்கொள்ளலாம்; முதலில் ஊர் இருக்க வேண்டும், அதற்கு ஒன்றும் பெரிதாக ஆகிவிடக் கூடாது என்ற சிந்தனை மட்டும் அவனை ஆக்கிரமித்திருந்தது.

சந்தானம் கீழே கிடந்த சாக்குகளை மடித்துவைத்தான். போர்வையை மடித்துவைப்பது போல அதிலிருந்த சிரத்தை அவன் முகத்தில் புன்னகையைத் தந்தது. இந்தப் பொத்தல் சாக்குகள் மட்டும் இல்லாவிட்டால் குளிர் அவனைக் கொன்றுபோட்டிருக்கும். கோபுரக் கதவைத் தாண்டினால், நூறடி வெட்டவெளி. அதைத் தாண்டிக் கொடிக்கம்பத்துக்கு இடதுபுறம் விஸ்தாரமான இந்தக் கல் மண்டபம். அதைத் தாண்டி இன்னொரு உள் மண்டபம். அது பூட்டியிருந்தது. அதற்கு அடுத்தபடியாக ஒரு கர்ப்பக்கிரகம். உள்சுற்று ஒன்றும் உண்டு. தனித் தாயார் இல்லாத கிருஷ்ணர் கோயில் அது. உள் மண்டபத்தின் பூட்டை ஒரு தரம் பார்த்தவனுக்கு ஒருவருமே இந்த மண்டபத்தில் இல்லை என்பது வினோதமாகப் பட்டது . ஒரு கணம் உலகத்தில் எல்லாரும் செத்துப்போய்விட்டார்களா? இல்லாவிட்டால் கனவு காண்கிறோமா? சந்தேகப்பட்டான். அப்படியெல்லாம் இல்லை என்பதைப் போல ஒரு மெலிதான இருமல் சத்தம் வாசல் பக்கத்திலிருந்து ஒலித்து அடங்கியது. சந்தானம் வாசலைத் தாண்டிச் சென்றான். கோபுரக் கதவுகளை அடுத்து உள்பக்கத் திண்ணையில் உடலைக் குறுக்கியபடி ஒருவர் படுத்திருந்தது தெரிந்தது. கிழவர். அவரும் சாக்குகளைப் போர்த்திக்கொண்டிருந்தார்.

அந்தக் காலை நேரத்தில் வானம் நல்ல பிள்ளையைப் போல முகத்தை வைத்திருந்தது. இதுவா இத்தனை மழையை ஊற்றியது என்று தோன்ற மேலே பார்த்தபடி சற்று நேரம் இருந்தான். பெரிய அரசமரம் விச்ராந்தியாக நின்றுகொண்டிருந்தது. அதன் கிளைகளில் சில காக்கைகளும் அக்காக் குருவிகளும் நலம் விசாரித்துக்கொண்டிருந்தன. ஒரு குட்டிப்பூனை வீட்டுத் திண்ணையிலிருந்து கீழே குதித்தது. சிற்றூரிலும் சிறிய ஊர் அது. இருபது குடும்பங்கள் வசித்தால் அதிகம். இன்னும் யாரையும் வெளியே காணோம். தெரு மாதிரி இருந்த ராஸ்தாவில் இருநூறு அடிகள் சென்றுவிட்டு மீண்டும் கோயிலுக்கே திரும்பினான். இந்த ஊரில் டீக்கடை கிடையாது என்பது அவனுக்குத் தெரிந்ததுதான். இருந்தால் மட்டும் என்ன, வாங்குவதற்கு அவனிடம் காசு கிடையாது. அவசர கதியில் கையில் கிடைத்ததை எடுத்துக்கொண்டு ஓடிவரும்போது பர்ஸ் ஞாபகமிருக்குமா என்ன?

முந்தாநாள் காலையிலேயே சந்தானத்துக்கு வாசலில் சளசளவெனச் சத்தம் கேட்டது. பல் துலக்கிக்கொண்டிருந்தவன் ஓடி வந்து பார்த்தான். ஓடை மாதிரி தண்ணீர் ஓடிக்கொண்டிருந்தது. அவனுடைய வீடு இருந்தது மேடான பகுதி என்பதால் இங்கேயுமா தண்ணீர் என்று வியந்தான். ஸ்டவ்வில் உலைக்கு நீர் வைத்தபோது சத்தம் பெரிதாகக் கேட்டது. அடுப்பை அப்படியே அணைத்துவிட்டு வெளியே வந்து பார்த்தால் ஓடை சிறு நதியாக இருந்தது. ஊர் எங்கும் தண்ணீர் நிரம்பி மேலே வருகிறதா, இல்லை ஏதாவது காட்டாறு வழி திரும்பித் தெருவுக்குள் வந்துவிட்டதா என்று புரியவில்லை. இந்த மழைக்குக் குடை உதவாது என்று தெரிந்தாலும் குடையை எடுத்துக்கொண்டு மொட்டை மாடிக்குச் சென்று பார்த்தான். கண்ணுக்கு எட்டிய வரை தண்ணீர், தண்ணீர். ஊர் இருந்த சுவட்டையே காணோம். ஏதோ ஆர்ப்பரிக்கும் பெரிய ஏரி போலத் தெரிந்தது. இறங்கி வந்தவனுக்குக் கொஞ்சம் பயம் வர ஆரம்பித்தது. இங்கிருந்து கிளம்பி மேலே ஏறிவிட வேண்டியதுதான் என்று நினைத்தபடி வாசலைப் பார்ப்பதற்குள் வீட்டுக்குள் தண்ணீர் புக ஆரம்பித்தது. பதற்றத்தில் வீட்டைப் பூட்டலாமா வேண்டாமா என்ற யோசனைக்குக்கூட நேரமில்லாமல் தண்ணீரை எதிர்கொண்டு நடக்க ஆரம்பித்தான்.

அவன் வசித்த தெருவைத் தாண்டுவதற்குள் கழுத்து நிறைய நீர். எப்படியோ வேக வேகமாக மலைப்பகுதி நோக்கிச்

சென்ற பாதையின் பக்கமாக ஏறினான். அங்கும் தண்ணீர் ஓடிவந்துகொண்டிருந்தது. பக்கத்தில் சேறும் சகதியுமான பாறைகளில் கால்வைத்து, காட்டுக்கொடிகளின் சிராய்ப்புகளுடன், சிறிய, பெரிய பூச்சிப் படைகளின் கூட்டு ரீங்காரத்தோடு ஓட்டமும் நடையுமாக ஏறினான். நிலச்சரிவு ஏற்பட்டுவிடுமோ என்ற அச்சம் பசியிலும் களைப்பிலும் இருந்த அவன் வேகத்தைக் கூட்டியது. ஈர மண்ணில் சிலமுறை கால் வழுக்கி விழுந்தாலும் மேலே கோயிலுக்கு வந்து சேரும் வரையில் அவன் ஓய்வெடுக்கவில்லை. பல மணிநேரம் போராடி ஏறி வந்ததில் காய்ச்சலே வந்துவிட்டிருந்தது. திறந்திருந்த கதவின் வழியாக மண்டபத்துக்கு வந்தான். அகல் விளக்குகளின் ஒளியில் அங்கே குவித்து வைத்திருந்த சாக்குகள் புதையலாகக் கண்ணுக்குப் பட்டன. இரண்டைத் தரையில் விரித்தான். சிலதை மேலே போர்த்திக்கொண்டு படுத்தவன்தான். முப்பத்தாறு மணிநேரத்துக்குப் பின்தான் விழித்திருக்கிறான்.

நாவறட்சியாக இருந்தது சந்தானத்துக்கு. கொஞ்ச நேரம் கழித்து மீண்டும் தெருவுக்குள் போகலாம், யாராவது எழுந்திருக்க வாய்ப்பிருக்கிறது என்றெண்ணியபடி மீண்டும் மண்டபத்துக்கு வந்தான் சந்தானம். இப்போது கிழவர் எழுந்துவிட்டிருந்தார். கோபுரக் கதவின் உள்பக்கமாக இருந்த பெரிய திண்ணையில் வெற்றிலைச் செல்லத்தில் இடித்துவைத்திருந்த வெற்றிலையை வாரியெடுத்து வாய்க்குள் போட்டபடி அவனைப் பார்த்தார். பின் வெளியே சென்று குதப்பலைத் துப்பிவிட்டு வந்தவர் அவனிடம் "ஆச்சா?" என்றார். சந்தானம் என்ன என்ற பாவனையில் புருவத்தைத் தூக்கினான். "காப்பித்தண்ணி ஆச்சா?"

"எங்க போயி குடிக்கறது? ஒரு வீடுகூட திறக்கல" என்றான் சந்தானம். "அதுக்கென்ன, நா போட்டுத்தரேன், குடியுங்க" என்று சிரித்தார் கிழவர்.

"ஆனா கடுங்காப்பிதான். பால் இல்லாத காப்பி குடிப்பீங்களானு தெரியலயே." சந்தானத்துக்கு வெந்நீர் மாதிரி ஒன்று தொண்டை வறட்சிக்கு வேண்டியிருந்தது. "குடிப்பேனுங்க" என்றான்.

சந்தானம் திண்ணையில் உட்கார்ந்தபடிக்கு வெளியில் ஆள் நடமாட்டம் தெரிகிறதா என்று பார்த்துக்கொண்டிருக்கையில் கிழவர் ஒரு எவர்சில்வர் பாத்திரத்தோடும் அதன் மூடியில் இரண்டு பெரிய பித்தளைத் தம்ளர்களோடும் அவனை நோக்கி

வந்தார். "ஜெலட்சுமி நெருப்புப் பொட்டிய எங்கேயோ நகத்தி வச்சிட்டா. தேடி தீ மூட்டி காப்பி போட்டுட்டு வரதுக்குள்ள தாவு தீந்துருச்சி," கிழவர் சிரித்துக்கொண்டே கூறினார். "சரி, குடியுங்க" என்று தம்ளர் நிறைய காப்பியை ஊற்றித் தந்தார். அவருக்கு இடதுகைப் பழக்கம் போல. இரண்டு முழுங்கு முழுங்கியவன் "யாரு கஜலட்சுமி?" என்றான். ஒருவேளை கோயிலில் யானையாக இருக்கலாம் என்று நினைத்தான். ஆனால், யானை இருக்கிற அளவுக்கு அத்தனை பெரிய கோவில் இல்லையே. "கோயில்ல யானை இருக்கா என்ன?" என்று உடனே கேட்டான். "இந்தக் கோயில்ல எங்க ஆனை. மனுஷங்களே அதிகமா வர மாட்டாங்க" என்றார் கிழவர். "இல்லை கஜலட்சுமினீங்களே?" "அவ இருக்கா அந்தத் தூணுக்குப் பின்னாடி" என்று அவன் படுத்திருந்த மண்டபத்தைக் காட்டினார். ஒருவேளை, நேற்று அந்தப் பெண்ணும் இந்தக் கிழவரைப் போல அங்கே வந்து படுத்திருக்கக்கூடும். ஆனால், இந்தக் கிழவரைப் பார்த்தால் கோயிலில் எப்போதாவது வந்து படுத்துக்கொள்கிறவர் மாதிரி தெரியவில்லை. இங்கேயே வசிப்பவர் மாதிரிதான் தெரிந்தது.

ஊரில் மழைவிட்டிருக்குமா என்று தெரியவில்லை. விட்டிருந்தாலும் வெள்ளம் வடிய எத்தனை நாளாகுமோ, அதுவும் தெரியவில்லை. ஓரிரு நாட்களில் கிளம்பிவிட முடிந்தால் நல்லது, வீட்டைப் பூட்டாமல் வேறு வந்திருக்கிறோம். சூரியனின் சூடு லேசாக உடலில் தெரிந்தது. கண்களை இடுக்கிக்கொண்டு வானத்தைப் பார்த்தான் சந்தானம். "மழை விட்டுருச்சினு நம்பறீங்க" என்றார் கிழவர் சிரித்தபடி. "வீட்டில போட்டது போட்டபடி வந்தேன். ஒங்க வீடு இந்த ஊருதானா?"

கேட்டவுடன் கேள்வியின் அபத்தம் அவனுக்கே புரிந்தது. இதே ஊரில் வீடிருப்பவர் எதற்கு இங்கே வந்து படுத்துக்கொள்ளப்போகிறார்? "இதே ஊருதான், இதே கோயிலுதான்" என்றார் கிழவர். "இதே திண்ணைதான். இதே மண்டபம்தான். அறுபத்திநாலு தூணு, அறுபத்திநாலு கலை" என்று அவன் படுத்திருந்த மண்டபத்தைச் சுட்டிக்காட்டினார்.

"இந்தக் கோயிலுக்கு ஒரு தரம் பசங்களை அழைச்சிட்டு வாத்தியாரோட வந்திருக்கேன். நிதானமா பாக்க முடியல. பசங்களோட மல்லுக்கட்டவே சரியாப்போச்சு" என்றான் சந்தானம்.

“இப்பதான் நேரம் இருக்கே. உங்க ஊருக்கு எறங்கிப் போக முடியுமோ முடியாதோ, எத்தினி நாளு இங்க இருக்கணுமோ? நா போயி கஞ்சிக்கு ஏற்பாடு பண்றேன்” என்று நகர்ந்தார் கிழவர்.

சந்தானத்துக்குத் துணுக்கென்றது. இவரிடம் நம் ஊர் மலையடிவாரத்தில் என்று சொல்லவே இல்லையே, பின் எப்படித் தெரியும்? ஒருவேளை நம்முடைய முகம் கோயிலுக்குப் புதியவன் என்று காட்டியிருக்கும் என்று எண்ணியபடி மண்டபத்தை நோக்கி நடந்தான். எது எப்படியிருந்தாலும் கிழவர் நமக்கும் கஞ்சிப் படி அளப்பார், இன்றைய பொழுதுக்கு வயிற்றுப்பாட்டுக்குக் கவலையில்லை.

சென்ற தினங்களில் நடந்த பேரிடரும் இனி என்னாகுமோ என்ற வியாகூலமும் அவனை அதிர்ச்சியிலும் வேதனையிலும் கவலையிலும் தள்ளியிருந்தன. ஆனாலும் வயிற்றுப் பசியிலிருந்து கவனத்தைத் திருப்புவதற்காகத் தூண்களைப் பார்க்க ஆரம்பித்தான். அந்த மண்டபமே எட்டு ஆரங்கள் கொண்ட இரண்டு பெரிய சக்கரங்களில் நகர்வதுபோல் அமைக்கப்பட்டிருந்தது. காலை நன்றாக வைக்க முடிகிற அளவுக்கு அகலமான நிதானமான ஆறு கல் படிகள். மண்டபத்தின் நான்கு மூலைகளிலும் ஒன்றரை ஆள் உயரத்தில் முழுச் சிற்பங்கள் உயிர்ப்புடன் அலங்கரித்தன. ஒன்றில் உலகத்தை அளந்த திரிவிக்கிரமன் ஆக்கிரமித்திருந்தான். இன்னொன்று கிரீடம் அணிந்த வராக மூர்த்தியினுடையது. இடது பாதத்தை ஊன்றி வலது காலை மடக்கித் தூக்கியிருந்தார். மடக்கிய தொடையில் குண்டலங்களுடன், கரண்டக மகுடத்துடன் பூதேவி. அழகியை ஏந்தியிருந்த காம ரூபம். கீழே கல் அலையாகத் தண்ணீர். இந்த மழை, வெள்ளத்தில் பூமி மூழ்கினால் நம்மையும் சேர்த்து வராகர் தூக்குவார் என்று ஒரு கண நம்பிக்கை தோன்றி மறைந்தது.

உள்ளொழுங்கில் அமைந்திருந்த தூண்கள் யாளிகள், மகரங்கள், ராசிச் சக்கரங்கள், இலைக் கொடிகள், பூவேலைப்பாடுகள், ஆள்காட்டி விரல் அளவு உருவமாக நடன மங்கைகள், வாள் வீரர்கள், யட்சர்கள் என்று கலைவண்ணம் பல காட்டின. அவற்றுக்கடுத்தபடி அமைந்த தூண்களில் புடைப்புச் சிற்பங்கள் கோலோச்சிக்கொண்டிருந்தன. ஒன்றில் கிருஷ்ணன் காளிங்க நர்த்தனம் ஆடிக்கொண்டிருந்தான். அடுத்ததில் தாமரைப்பூவில் சம்மணமிட்டிருக்கும் பெண் தெய்வத்தின் இரண்டு பக்கமும்

இரண்டு யானைகள் துதிக்கைகளை ஓங்கிக்கொண்டு நின்றிருந்தன. கஜலட்சுமி. அவளது தொடைக்கு மேலாக ஒரு வத்திப்பெட்டி வைக்கப்பட்டிருந்தது. கிழவர்தான் வைத்திருப்பார், வேறு யார் என்று சொல்லிக்கொண்டான். சில சிற்பங்கள் யாருடையவை என்று அவனுக்குத் தெரியவில்லை. ஒன்றின் மூக்கு உடைபட்டிருந்தது. ஒன்றின் முழங்கை பெயர்ந்திருந்தது.

மண்டபத்தைச் சுற்றி வந்தவன் ரதியின் புடைப்புச் சிற்பத்தையே பார்த்தபடி சில நிமிடங்கள் நின்றுகொண்டிருந்தான். கிளியா, அன்னமா அது? இதில் உட்கார்ந்து எந்தக் கதிக்கு உலகத்தைச் சுற்றிவருவது? இந்த மந்த கதியில் இவள் உலா வருவதால்தான் உலகத்தில் பலருக்கும் காதல் வாய்ப்பதில்லைபோலும். தொடையை இறுக்கிக் கட்டிய இடையாடைக்கு மேலே பதக்க மாலை. அது தொட்டும் தொடாத அவளது பந்து முலைகள் அவனை எழுச்சியுறச் செய்தன. "ரதி தேவி சன்னிதி ரகசியப் பூஜை" பாடலைத் தன்பாட்டுக்கு அவன் உதடுகள் முணுமுணுத்தன. உடனடியாக "சே, என்ன இது, கோயிலில் இந்தப் பாட்டு நெனப்பு, கருமம்" என்று தன்னையே கடிந்துகொண்டான். அருகிலேயே மன்மதனின் சிற்பம். அவனுடைய ஒரு கண் ரதியைப் பார்த்தபடி, மற்றொரு கண் யார் மேல் அம்பை எறியப்போகிறானோ அவர்களைப் பார்த்தபடி.

"இப்டித்தான் சும்மா இருந்த சிவனைப் பாத்து விட்டான் அம்ப. சிவன் அவனை எரிச்சிட்டான். ரதி மடிப்பிச்சை கேட்டு அவன் உயிர திரும்ப வாங்கிட்டு வந்தா," கிழவர் கஞ்சிக் கலயத்துடன் பின்னால் நின்றுகொண்டிருந்தார்.

"அதிலேர்ந்து இரு ஒன் கரும்பு வில்ல உடச்சி அடுப்பில போடறேன்னு அவளும் சொல்லிட்டே இருக்கா. அவன் எங்க கேக்கறான்? ஆனா ஒண்ணு, ரதிக்கு பயந்துதான் இந்த எடத்தில அடுப்பு மூட்டறதில்ல."

கிழவர் மந்தகாசமாகப் புன்னகைத்தார். சந்தானமும் பதிலுக்குப் புன்னகைத்தபடி "கஞ்சி ரெடியாயிருச்சி போல" என்றான்.

"அப்டியே ஒக்காருங்க. தொவையலும் இருக்கு" என்று கீழே உட்கார்ந்தார் கிழவர். அவரது இடது கையில் கலயமிருந்ததை அப்போதுதான் கவனித்தான், அவரது வலது கை அத்தனை சுகமில்லைபோல. அதை ஒரு பச்சை நிறத் துண்டு மூடியிருந்தது.

“அடடா, மறந்துட்டேன், கிண்ணத்த எடுத்துட்டு வரேன். இங்கதான் இருக்கும். ராத்திரி இங்க ஒத்தி டான்ஸ் ஆடுவா... காலை அப்டியே எத்தி மண்டபத்துக்கு வெளில பாத்திரத்த எல்லாம் தள்ளிருவா” என்றபடி மீண்டும் எழுந்தார். அவர் சொல்வது நிஜமான பெண் யாரையும் இல்லை என்று சந்தானத்துக்குப் புரிந்தது. “வித்யாசமான கற்பனைக்காரர் போலிருக்கு” என்றெண்ணிக்கொண்டான்.

விளிம்பு நெளிந்த, அடிபட்ட, என்ன உலோகமென்றே தெரியாத பழைய பாணிக் கிண்ணங்களுடன் கிழவர் வந்தார். “சுத்தமாதான் இருக்கு. தெனம் கழுவி வைக்கறதுதான்” என்று சொன்னபடி கஞ்சியை ஒரு கிண்ணத்தில் ஊற்றிக்கொடுத்தார். துவையலை ஒரு இலையைச் சுருட்டி கரண்டியாக்கிக் கிண்ணத்துள் ஓரத்தில் போட்டார். மிளகின் காரமும் மணமும் கஞ்சியை தேவபதார்த்தமாக்கியது. “அமிர்தமா இருக்கு” என்றான் சந்தானம்.

“ஆமா, கிருஷ்ணன் சாப்ட்ட மிச்சம். வேறெப்படி இருக்கும்?”

“இங்க சாமிக்குப் படையல் எல்லாம் கிடையாதா?”

“இருந்திச்சி. ஒரு காலத்தில. இப்ப மடப்பள்ளி கொடி மூடி கிடக்கு. பட்டரு ஒரு வேளைக்கி ஏதாச்சி கொண்டுவந்து கிருஷ்ணனுக்குக் காட்டுவாரு. நேத்தி அவரக் காணோம்.”

“அதான் இன்னிக்கு நீங்க சாமிக்கு வச்சிட்டீங்களே.”

“அது எப்பவும் செய்யறதுதான்.”

“கோயிலு வயசு நானூறு, ஐநூறு ஆண்டு தாண்டியிருக்குமோ?”

“மேலயே இருக்கும். ஆயிரம் ரெண்டாயிரம் இருக்கும். பாரதத்த முடிச்சிப் போட்டுட்டு இல்லியா இங்க வந்தான் கிருஷ்ணன். கையில இருந்த கோலால உசிரெல்லாம் முடிச்சான். பொறவு தனியா வந்து இங்க நின்னான். எட்டு பொண்டாட்டி. ஒருத்திகூட அவனோட வரல. ரணகளம். அவனோட ஆட்டம் ரத்த ஆட்டம்.”

கிழவரின் கண்கள் மகாபாரதக் களத்தையே பார்த்ததுபோல ஒரு கணம் மயங்கின.

சந்தானம் அவரை நிகழ்காலத்துக்குக் கொண்டுவர வேண்டி, சம்பந்தமில்லாமல், “கோயில்ல ரொம்ப காலமா தங்கிருக்கீங்களா?”

என்று கேட்டான்.

“ஆனா அவனுக்கும் மார்பில மரு உண்டு. அப்டியெல்லாம் முழுக்க பொண்ணுங்ககிட்டருந்து தள்ளி நிக்க முடியாது. எதுக்கு தள்ளி நிக்கணும்ங்கறேன்.”

சற்று நேரம் இருவரும் பேசாமல் இருந்தார்கள்.

சந்தானம் கோயில் கிணற்றடிக்குச் சென்று வாயைத் துடைத்துக்கொண்டான். கிழவரும் அவனுடன் நடந்தார். இருவரும் மண்டபத்துக்குத் திரும்பி வந்தார்கள். இப்போது சந்தானம் கல்லில் பதித்திருந்த சின்னச் சிற்பங்களைக் கவனமாகப் பார்க்க முனைந்தான்.

“நீங்க என்னா நினைக்கறீங்க? இது குள்ள ரிஷி, இது யவன வியாபாரி, அது பூத கணம், இது மத்தளம் அடிக்கறவ, இவரு சீனாக்காரன், இப்படியா? இது எல்லாமே தெய்வம். ஒவ்வொரு மண்ணும் ஒவ்வொரு உளிப் புள்ளியும். கல்லோ மரமோ மனசோ...மண்ணினும் கல்லினும் மரத்தினும் சுவரினும் கண்ணிய தெய்வதம்...”

“என்ன பாட்டு இது?” ஆர்வமாகக் கேட்டான் சந்தானம்.

“பழைய பாட்டு. என்னோட ஆசான் பாடுவாரு. அதிருக்கட்டும். பேஞ்ச மழைக்கு ஒறக்கம் அதிகமாவே கேக்கும். செத்த ஓய்வெடுங்க.”

சந்தானம் மண்டபத்துக்குச் சென்றான். உள்மண்டபத்தை ஒட்டிய இரண்டு தூண்களுக்கு இடையில்தான் சாக்குகளை மடித்து வைத்திருந்தான். அந்த வரிசை முழுக்கவும் சிறிய சிற்பங்கள்தாம். ஒவ்வொரு தூணிலும் ஒவ்வொரு பக்கமும் ஒரு டஜனாவது இருக்கும். பிரகாரத்தை ஒட்டிய பகுதியில் இருந்த இரண்டு மூன்று தூண்களில் விதவிதமான மிருகங்கள். பன்றி, புலி, குரங்கு போலச் சில தெரிந்தவை. பறவை உடல் சிங்க முகம், காளை மாட்டின் உடல் மகுடமணிந்த பெண்ணின் முகம் என்பதைப் போலச் சில வினோதங்கள். ஒரு தூண் முழுக்கப் பூக்களும் கொடிகளுமாக இருந்தன. ரோஜாவைப் போன்ற பூவொன்றின் புடைப்பில் மடிப்புகள் நளினமாகக் குலுங்கியதுபோல் பிரமை. இன்னொரு தூண் நெடுக நாகங்கள். அவற்றில்தான் எத்தனை விதம். கொஞ்சம் அசந்தால் விதானத்துக்கு ஏறிவிடும் வேகத்தில். தடித்த, நெளிந்த,

சிறிய, வரிகளுடனான, முடிச்சுற்ற, இரட்டையாய்ப் பிளந்த, வட்டமாகச் சுருண்ட அவற்றின் வால்கள். ஒவ்வொரு தூணாகப் பார்த்துக்கொண்டு வந்தவன் எதிர்ப்பக்கம் கடைசி தூணுக்கருகே வந்தான்.

அந்தத் தூணின் மூன்று பக்கங்களைத்தான் அவனால் நன்றாகப் பார்க்க முடிந்தது. இந்தத் தூணுக்கு மேற்புறத்தில் நான்கு புறமும் விதானத்தைத் தொட்ட சிறிய புடைப்புச் சிற்பங்கள். யானைகள் அவை. கனிகளும் மொட்டுகளும் பூக்களுமாக தூணின் ஒரு பக்கம். இன்னொரு பக்கத்தில் மீன்கள், ஆமைகள், கருடன்கள். மற்றொரு பக்கம் மெல்லிய இடையுடன், கச்சணிந்த நடன மாந்தர்கள். ஒன்றே போலத் தலைக்கு மேல் வலது கை, இடது கை மேலிருந்து கீழாக ஒவ்வொரு புள்ளியாக இறங்கி வந்தது. கீழே தரையை ஒட்டி இருந்த சிற்பத்தில் அது தரையைத் தொட்டது மாதிரி.

தூணின் நான்காவது பக்கத்தைப் பார்ப்பதே சற்று சிரமமாக இருந்தது. உள்மண்டபத்தின் சுவர் கொஞ்சம் வெளியே நீண்டிருந்ததால் இரண்டடிகள்தான் அந்தச் சுவருக்கும் தூணுக்குமிடையே இருந்தன. கிட்டத்தட்ட வெளிமண்டபத்தின் ஒரு பகுதி உள்மண்டபத்துக்குள் செருகிக்கொண்டதைப் போல. சரி, பிறகு பார்த்துக்கொள்ளலாம் என்று அங்கிருந்து சந்தானம் நகரப்பார்த்தபோது, “அப்டி சுருக்க வுட்டுரலாமா?” என்று கிழவரின் குரல் காதுக்குள் கேட்டது. எண்ணத்தை மாற்றிக்கொண்டு இரண்டடி இடைவெளிக்குள் உடலை நுழைத்தான்.

மேலே விதானத்தை ஒட்டிய பகுதியில் கல்லின் முதல் பாளத்தில் அலையலையாகக் கொட்டிக்கொண்டிருந்தது. அடுத்ததில் ஒற்றைக் காலை ஊன்றி ஒருவன் கண்களை மூடியிருந்தான். பகீரதன் தவம் செய்கிறான். மேலிருந்து கங்கை சீராக அவன் தலையில் அல்லவா கொட்ட வேண்டும்? ஆனால் அவன் தலையைத் தாண்டியும் தூண் பாளம் முழுக்க அல்லவா மழை மாதிரி கொட்டுகிறது? கொஞ்ச நேரம் பகீரதன் தலைக்கு மேல் பார்த்தான். அந்தச் சிறுபாளத்தில் தீற்றலாகத் தீற்றியிருந்த மழை அருவி கல்லை விட்டு வெளியேறி வெளியே பெய்துகொண்டிருக்கிறதோ என்றொரு நினைப்பு. நினைப்பென்ன, பயம் என்றே சொல்லலாம். சடக்கென்று கீழே இருந்த சிற்பங்களில் கண்ணை ஓட்டினான்.

பூமொட்டை ஏந்தியபடி ஒரு பெண். இளம்பெண் என்று

சொல்ல முடியாது. சின்னச் சுருக்கங்கள் கன்னங்களில் இருந்தன. இதுவரை அவன் பார்த்திராத புதிய முகம். தலையைக் கொண்டை போட்டு முடிந்திருந்தாள். அடுத்ததிலும் அவளேதான். கூடைபோல ஒன்றை இடுப்பில் ஏந்தியிருந்தாள். அடுத்ததில் ஒரு கண்ணாடியில் முகத்தைப் பார்த்தபடி. அடுத்ததில் கைகளில் முறத்தை ஏந்தியபடி ஓரப் பார்வை. ஒரு பெண்ணின் அன்றாட வாழ்க்கைச் சித்திரங்கள்போல. வித்யாசமாக ஒன்றில் ஒரு குறுங்கத்தியைச் சிறு பன்றியில் குத்தியபடி. அடுத்ததில் அவளுடன் ஒரு நடுவயதுக்காரன். மெல்லிய மீசை அவனுக்கு. தலைப்பாகை கட்டியிருக்கிறான். அவன் கையில் ஏதோ ஒரு கருவி. கோல் மாதிரி. இருவர் காதுகளிலும் குழைகள். கழுத்தில் மணி பதித்த ஆரங்கள். தொடை வரையிலான அரைவஸ்திரங்கள். அதற்கும் கீழே ஜோடிப் பறவைகள் இருக்கும் சிற்பங்கள். புறாக்கள் அல்லது குருவிகள்? மொத்தத்தில் சிறிய பறவைகள். தரையைத் தொடும் பாளத்துக்கு மேல் இருந்த கல் பாளத்தில் ஒரு பெண் இரண்டு கைகளையும் விரித்தபடி. உடல் மிதந்தது. அவள் கால்கள் பின்பக்கம் மடங்கி. கிட்டத்தட்ட பறக்கிற மாதிரி. கிட்டத்தட்ட என்ன, பறக்கத்தான் செய்கிறாள். அவள் தலைமுடிகூடப் பறக்கிறது. தரையை ஒட்டியிருந்த தூணின் கீழ்ப்பகுதியைப் பார்த்தான். முதலில் ஒன்றும் தெரியவில்லை. ஒரு அங்குலத்துக்குச் சுண்ணாம்பும் அழுக்கும் புழுதியும் மூடியிருந்தன. உன்னித்து நோக்கினான். அதில் தலைப்பாகையுடன் ஒருவன். அவன் கால்களும் மடங்கியிருந்தன. இடதுகை பக்கவாட்டில் நீண்டிருந்தது. இன்னொரு கையைக் காணோம். ஒருவேளை பின்பக்கம் கட்டிக்கொண்டிருக்கிறானோ என்று சந்தேகம் வந்தது. உடனே அபத்தமாகவும் தோன்றியது. சிற்பத்தில் இல்லாததை அதற்குள் புகுந்து எப்படி அவன் பார்க்க முடியும்? ஆனால் அந்தக் கை என்னாயிற்று?

கிழவர் அடுத்த வரிசைத் தூணில் சாய்ந்து உட்கார்ந்தபடி கால்களைத் தொங்கவிட்டிருந்தார். அவர் அருகே ஒரு குருவி உட்கார்ந்திருந்தது. அதன் முன்னால் தானியங்கள் இறைந்திருந்தன. அவர்தான் போட்டிருக்க வேண்டும். குருவியின் குரல் கேட்டது. அவரது குரலும் குருவியின் குரல் மாதிரி சன்னமாக ஒலித்தது. அதனுடன் பேசிக்கொண்டிருக்கிறார் என்று புரிந்தது.

இல்லாத வலக்கையுடனான சிற்பத்தை மீண்டும் கவனித்துப் பார்த்தான் சந்தானம். அந்தக் கையைப் பறக்கும் பாவனையில்

செதுக்குவதற்குள் ஏதோ ஆகியிருக்க வேண்டும். சிற்பி நோய்வாய்ப்பட்டிருக்கலாம், ஏதாவது தவறு செய்து சிறையில் அடைபட்டிருக்கலாம், விபத்தில் அகப்பட்டிருக்கலாம், ஊரை விட்டு ஓடிப்போகும் நிலை வந்திருக்கலாம், இல்லை உலகத்தை விட்டே மறைந்திருக்கலாம். ஆனால் முக்கியமான ஒன்று விடுபட்டு, முடிவுறாது முழுமையில்லாமல் நிற்கிறது. அவன் கண்கள் மீண்டும் தூணின் மேல்பகுதியைப் பார்த்தன. இந்த மழை ஏன்தான் பெய்கிறதோ? ஒருவேளை வலதுகை சிற்ப வேலை முடிந்திருந்தால், அதைச் செதுக்கிய கை உளியால் ஒரு இடைக்கோடு போட்டு மழையை நிப்பாட்டியிருக்குமோ?

வேகமாக நடந்து கிழவரிடம் சென்றான் சந்தானம். குருவியிடம் இன்னமும் பேச்சு நடந்துகொண்டிருந்தது. "ஆமா, கையத்தான் செதுக்க முடியலையே, எங்கிருந்து பறக்க?" குருவி ஏதோ பதில் கூறியது. பிறகு அவனைத் திரும்பிப் பார்த்தது. அடுத்த நொடி பறந்து போனது. "நானும் செத்த கட்டைய சாய்க்கிறேன். உங்களுக்குத் தண்ணி தாகம் எடுத்திச்சினா அடுப்பு அந்தப் பக்கம் இருக்கு. ஏனமும் பக்கத்திலேயே இருக்கு" என்று சொல்லிவிட்டுக் கீழே மெதுவாகக் குதித்து நகர்ந்தார் கிழவர்.

சிறு சாரல் அவன்மீது தெறித்தது. அச்சத்துடன் மேலே பார்த்தான். வானம் குமுறத் தொடங்கியிருந்தது. அடுத்த மழை ஆரம்பித்துவிட்டிருந்தது.

பெயராய்ப் பின்தொடர்தல்

"எப்போதோ நடந்ததைப் போலிருக்கிறது" என்றாள் சுகந்தா. ஒரு பெரிய கதையைச் சொல்லப் போகிறாள் என்று புரிந்தது. இளமாலையின் பொன்வெயில் வெளியே சொரிந்திருந்தது. மேசையை அடுத்திருந்த பெரிய கண்ணாடி வழியாகப் பார்க்க, சருகுக் குவியல்களிலிருந்து நிமிர்ந்து நின்றது நாகலிங்க மரம். சுகந்தா பள்ளியில் என்னுடன் படித்தவள். இருபத்தைந்து வருடங்களுக்குப் பிறகு ஃபேஸ்புக் வழியாகக் கண்டுபிடித்துக்கொண்டோம். நட்பைப் புதுப்பித்தோம். பரஸ்பரம் பரிமாறிக்கொள்ளப் பல கதைகள் இருந்தன. தென்சென்னைப் பகுதியில் சில மரங்களுக்கும் தொட்டிச் செடிகளுக்கும் நடுவே அழகான சிமிழ் போலத் துலங்கியிருந்த சிறிய காபி டே கஃபேயில் வாரம் ஒரு முறை சந்திக்கத் தொடங்கியிருந்தோம்.

அன்று சந்தித்தபோது எங்களுக்கு காபுசினோ ஆர்டர் செய்தோம். அதன் பின் சுகந்தா தன் பயண அனுபவம் ஒன்றைப்

பகிர்ந்துகொண்டாள். புனைவைவிட விசித்திரமான ஒன்று. பத்தாண்டுகளுக்கு முன்பு, அவள் அமெரிக்காவில் முனைவர் பட்டத்துக்கான படிப்பை முடிக்கும்போது, கேப் டவுனில் உள்ள ஒரு புகழ்பெற்ற கல்லூரியில் பண்பாட்டு மானுடவியல் துறையில் பேராசிரியர் வேலைக்கான நேர்காணலுக்குச் சென்றிருக்கிறாள். பல்கலைக்கழகம்போல் இயங்கக்கூடிய பெரிய கல்லூரி அது. தென் ஆப்பிரிக்கா அவளுக்குப் பரிச்சயமில்லாத நாடு என்பதால் விமான நிலையத்திலிருந்து அவளை அழைத்துச்செல்ல அந்தக் கல்லூரியிலிருந்து பேராசியர் ஜான் லிவிங்ஸ்டன் என்பவர் வந்திருக்கிறார். "லிவிங்ஸ்டன் வினோதமான ஆசாமி, மத்திய கிழக்கின் பண்பாட்டை ஆய்வு செய்பவர்" என்று கேப் டவுன் யாத்திரையை விவரிக்கத் தொடங்கினாள் சுகந்தா.

"வெள்ளைக்காரர், நல்ல பருமன். வழுக்கைத் தலை. சிறிய சிவப்புப் புள்ளிகள் அங்கங்கே தெளித்த முகம். குடமிளகாய் மூக்கு. கோட் சூட்டோடு விமான நிலையத்துக்கு வந்திருந்தவர் எனக்கு முகமன் கூறி வரவேற்றார். நான் தங்க வேண்டிய ஓட்டலில் என்னைக் கொண்டுபோய் விடுவதற்கு முன் 'மன்னித்துக்கொள்ளுங்கள், நாம் ஒரு சூப்பர் மார்க்கெட்டுக்கு முதலில் சென்றுவிட்டு ஓட்டலுக்குப் போவோம்' என்றார்.

கேப் டவுன் மையப்பகுதியில் அமைந்திருந்த பெரிய சூப்பர் மார்க்கெட் அது. 'நீங்களும் உள்ளே வாங்களேன்,' என்றதால் கூடச் சென்றேன். ஒரு டஜன் *tampon* பாக்கெட்களை அவர் வாங்கினார். பில் கவுண்டரில் கார்டைக் கொடுத்துவிட்டு என்னிடம் 'என் மகளுக்காக' என்று தெரிவித்தார். எனக்கு அவசியமில்லாத தகவல் அது. வெளியே வந்து காரில் ஏறினோம். கிளம்பும்போது அவருக்கு அலைபேசி அழைப்பு வந்தது. அந்த அழைப்பை ஏனோ ஸ்பீக்கரில் போட்டார்: 'டார்லிங், நான் கேட்டதை வாங்கிவிட்டாயா?,' 'டார்லிங், அந்தப் பெண் வந்து இறங்கிவிட்டாளா?,' 'டார்லிங், அவளோடு சாப்பிடப் போகிறாயா?,' 'டார்லிங், அவள் பார்க்க எப்படி இருக்கிறாள்?,' 'டார்லிங், என்னால் தனியாக இருக்க முடியாது, சீக்கிரம் வந்துவிடு.' இப்படி இன்னும் இருபத்தைந்து டார்லிங்குகள்.

பேசி முடித்தவுடன், 'என் மகள், அவளுக்குப் பதினைந்து வயது' என்று சாவகாசமாகக் காரைக் கிளப்பினார். எதற்கு என்னைப் பற்றி அந்தப் பெண் விசாரித்தாள் என்று புரியவில்லை. அதிகாரம்

செறிந்த குரல் அந்தப் பெண்ணுக்கு. ஆங்கிலத்தில் அவள் '*she*' என்ற போதெல்லாம் 'அவள்' என்றே எனக்குத் தொனித்தது. பதினைந்து வயதுப் பெண்ணின் குரலாக அது இல்லை. அவரை ஆட்டுவிக்கக்கூடியவள் என்று எனக்குத் தோன்றியது.

கேப் டவுனில் நான் தங்கியிருந்த நாட்களில் ஓட்டலிலிருந்து கல்லூரிக்கும் கல்லூரியிலிருந்து ஓட்டலுக்கும் லிவிங்ஸ்டன்தான் என்னை அழைத்துச் சென்றார். தவிர, என்னை இரவு உணவுக்கு அழைத்துச் செல்ல வேண்டிய பொறுப்பும் அவருக்குத் தரப்பட்டிருந்தது. அவருடன் நான் சென்றபோதெல்லாம் அவருக்கும் அவர் மகளுக்குமான சம்பாஷணைகளைக் கேட்க வேண்டியிருந்தது. எல்லா அழைப்புகளையும் அவர் ஸ்பீக்கரில்தான் போட்டுப் பேசினார். குறைந்தது ஆயிரம் டார்லிங்குகளையாவது நான் கேட்டிருப்பேன்.

இரண்டாவது நாள் அவரோடு இரவு உணவுக்குச் சென்றபோது தன் மகளைப் பற்றிய சில தகவல்களைப் பகிர்ந்துகொண்டார். அவள் அவருடைய வளர்ப்பு மகள் என்று தெரிவித்தார். அவளுக்குப் பதினாறு மொழிகள் நன்றாக எழுதப் படிக்கத் தெரியும், அனாயாசமாக ஏழெட்டு வாத்தியங்களை வாசிக்க முடியும் என்று குரலில் பெருமை பொங்கச் சொன்னார். 'வாசித்தல் என்றால் சும்மா வீட்டில் இருப்பவர்கள் மட்டும் கேட்கும் வகையில் அல்ல. அவளால் எந்தத் தயாரிப்புமில்லாமல் பெரிய இசைக் கச்சேரிகளை நிகழ்த்திவிட முடியும். விளையாட்டுகளில் அவள் திறமைசாலி. ஓட்டப் பந்தயங்களில் எப்போதும் முதலிடத்தில் வருபவள். சதுரங்கத்தில் அவளை யாரும் ஜெயிக்க முடியாது. ஒருமுறை அவளுடைய *IQ*வை ஒரு பிரபல பல்கலைக்கழகத்திலிருந்து சோதித்துப் பார்த்தார்கள். அவளைச் சோதித்த கணினியே உடைந்து ரிப்பேர் ஆகிவிட்டது,' என்றபோது அவர் விழிகள் பளபளத்தன. 'உங்களிடம் சொல்வதற்கென்ன, அவள் இந்த உலகத்தவளா என்பதே எனக்குச் சந்தேகமாக இருக்கிறது. கணிதத்தில் முதுகலைப் பட்ட வகுப்பில் பயிலும் மாணவர்களுக்கே அவளால் கற்றுத்தர முடியும். இரண்டு வருடங்களுக்கு முன்பு செமஸ்டர் முடியும் சமயத்தில் எதிர்பாராதவிதமாக ஒரு கணிதப் பேராசிரியருக்கு சில வாரங்கள் வகுப்பு எடுக்க முடியாமல்போனது. அவர் என் நெருங்கிய நண்பர். என் மகளை அழைத்து பாடங்களை நடத்தி முடிக்கவைத்தார் என்றால் பார்த்துக்கொள்ளுங்கள். அப்போது

அவளுக்குப் பதின்மூன்று வயதுதான். ஆனால் ஒன்று, இந்த ஏற்பாடெல்லாம் எங்கள் கல்லூரிக்குத் தெரியாது' என்று கூறினார்.

நீயே சொல், இதெல்லாம் நடக்கக்கூடியதா என்ன. அதுவும் ஒரு பெரிய கல்லூரியில். ஒருவேளை லிவிங்ஸ்டன் கிறுக்காக இருக்க வேண்டும். அல்லது மனப் பிரமையில் மூழ்குபவராக இருக்க வேண்டும். தவிர, இவர் ஏன் தன் மகளைப் பற்றி என்னிடம் விடாமல் பேசிக்கொண்டிருக்கிறார் என்று எனக்கு எரிச்சலாக இருந்தது. சாப்பிட்டுக் கிளம்பிய சமயத்தில், 'நீங்கள் என் மகளை அவசியம் சந்திக்க வேண்டும். என்னிடம் வந்துசேரும் முன் காப்பகத்தில் நிறைய சிரமப்பட்டிருக்கிறாள். உங்களை மாதிரிதான் இருப்பாள் அவளும். அவளது கைவிரல்கள் உங்களுடையதைப் போல்தான் மெலிந்திருக்கும். உங்களைப் பார்த்தால் அவள் விடவே மாட்டாள்' என்று ஒரு சிற்றுரையை நிகழ்த்தினார். என் விரல்கள் பற்றிய அவர் குறிப்பு எனக்குச் சற்று உறுத்தலாக இருந்தது.

எனக்கு நினைவிருக்கிறது, அவர் பேசி முடித்தவுடன் அலைபேசி அழைப்பு வந்தது. 'டார்லிங், டின்னர் முடிந்துவிட்டதா?' அவர் மகளேதான். அழைப்பில் 'டார்லிங், மறக்காமல் அவளை நம் வீட்டுக்குக் கூப்பிடு' என்று கேட்டாள் அவள். உடனே அவரும் என்னைத் தன் வீட்டுக்கு அழைத்தார். நான் முதலில் நாசுக்காக மறுத்தேன். ஆனால் அவர் விடவில்லை. 'அவளுக்காகவாவது வாருங்கள்' என்று மன்றாடத் தொடங்கினார். சாக்குப்போக்குச் சொல்லி நான் தப்பிப்பதற்குள் பெரும்பாடாகிவிட்டது. அன்று நான் கொஞ்சம் பயந்துபோனேன் என்றுதான் சொல்ல வேண்டும்.

உனக்குத் தெரியும், பேராசிரியர் வேலைக்கான நேர்காணல் ஓரிரு அமர்வுகளில் முடிந்துவிடாது. கல்லூரித் தலைவர், மாணவர்கள், துறைப் பேராசிரியர்களுடன் சந்திப்புகள், பெரிய அரங்கத்தில் ஒரு மணிநேர ஆய்வுரை, மாதிரி வகுப்பு என்று நேர்காணல் பல கட்டங்களில் நடக்கும். என்னைச் சக்கையாகப் பிழிந்தார்கள். நானோ என் திறமையைவிட என் பலவீனத்தைத் தொடர்ந்து நிகழ்த்திக் காட்டிக்கொண்டிருந்தேன். மனம் அலைக்கழிந்திருந்தது. டார்லிங்குகள் வேறு என் மனதில் ஒலித்துக்கொண்டிருந்தன. சம்பந்தமில்லாத ஒருவரின் தனிப்பட்ட வாழ்க்கை அது. ஆனால் என் செயல்திறனில் அது பெரிய குறுக்கீடாக இருந்தது. தவிர, வெவ்வேறு நேர்காணல் சந்திப்புகளின்போது லிவிங்ஸ்டனும் கூடவே இருந்தார். நேர்காணல் கமிட்டியின் தலைவரும் துறைத்

தலைவரும் அவர்தான். கவனம் சிதறாமல் ஒரு நிமிடம் எனக்கு அமையவில்லை.

லிவிங்ஸ்டன் என்ற நபர் இருந்திராவிட்டாலும் அந்த நேர்காணலைச் சரியாகச் செய்திருப்பேனா என்றால் அதற்கு என்னிடம் பதிலில்லை. ஆனால் ஒன்று, அந்தத் துறைப் பேராசிரியர்கள் என்னிடம் கேட்டதெல்லாம் மூன்றாம் தர, நாலாந்தரக் கேள்விகள். எல்லாமே லிவிங்ஸ்டன் தொடங்கிவைத்துக் கேட்ட கேள்விகளுக்கு ஒத்து ஊதும் வகையிலான பொருளற்ற துணைக் கேள்விகள். சோர்வுற வைக்கக்கூடிய, புதிய பார்வைகளுக்கு எந்த இடமுமில்லாத, அதனாலேயே என்னைத் தேர்ந்தெடுக்க வேண்டாமென்று அவர்கள் முடிவுசெய்துகொள்ளும் வகையில் அமைந்தவை. உருப்படியில்லாதவை.

கேப் டவுனிலிருந்து நான் கிளம்புவதற்கு முன்தினம் மாலையில் என்னை ஓட்டலுக்குத் திருப்பிக் கொண்டுவிடும் வழியில், எதிர்பாராத விதமாக லிவிங்ஸ்டன் என்னிடம் 'நாம் டேபிள் மவுண்டனைப் பார்த்துவிட்டுப் போகலாமே' என்றார். சட்டென்று என்ன சொல்லி மறுப்பது என்று தெரியவில்லை. அவரோ என் பதிலை எதிர்பார்க்காமல் மேற்கொண்டு காரைச் செலுத்தினார். டேபிள் மவுண்டன் கிட்டத்தட்ட தட்டையான மேற்பரப்பும் செங்குத்தான பாறைகளும் மலையேறிகளுக்கான பரிச்சயமான, ரகசியமான காட்டுப் பாதைகளும் அமையப்பெற்ற இயற்கைச் சிற்பம். அடிவாரத்திலிருந்து சற்று மேலேறி ஓரிடத்தில் கார் நின்றது. சரியாக அப்போது அவருக்குத் தொலைபேசி அழைப்பு வந்தது. அவர் ஸ்பீக்கரைப் போட்டவுடன், 'இங்கே இறங்கிப் பார்த்துவிட்டு வருகிறேன்' என்று நழுவினேன். சில அடிகள் நடந்த பின் பூமரங்கள் கொண்ட ஒரு பாதை தெரிந்தது. அதன் வழியே ஐந்து நிமிடம் நடந்திருப்பேன். ஒரு பாறை உச்சிக்கு வந்திருந்தேன்.

அங்கிருந்து பார்த்தால் கீழே இறங்கிய சரிவில் அடர்த்தி குறைந்ததுபோல் தெரிந்த காட்டுப் பகுதி, கொஞ்ச தூரத்திலேயே நகரத்தின் ஒரு பகுதி கண்சிமிட்டிச் சிரித்தது. நகரத்தின் அழைக்கும் வசீகரத்தோடும் காட்டின் ஏமாற்றக்கூடிய அமைதியோடும் மயக்கிய நிலக் காட்சி. என்னை மறந்து லயித்தபோது என் முதுகில் ஏதோ உணர்ந்து திரும்பினேன். சில அடிகள் தள்ளி லிவிங்ஸ்டன் நின்றுகொண்டிருந்தார். ஒரு நொடியில் அவர்

நான் நின்ற இடத்தை அடைந்துவிட்டிருக்க முடியும். சட்டென்று அங்கிருந்து நகர்ந்து திரும்பி வேகமாக நடந்தேன். காருக்கு வந்தோம். அன்று என்னைத் தங்கியிருந்த இடத்தில் இறக்கிவிடும்போது, 'நாம் எப்போதுமே தொடர்பிலிருப்போம், இந்த நேர்காணல் நீங்கள் எங்கள் ஊருக்கு வர ஒரு சாக்கு. என் மகளை நீங்கள் பார்க்கவில்லை என்பதுதான் எனக்கு ஒரே வருத்தம்,' என்றபடி என் கையைப் பலமாகக் குலுக்கினார். நான் எதற்காக அவரோடு தொடர்பிலிருக்க வேண்டும் என்று உள்ளுக்குள் முகத்தைச் சுளித்துக்கொண்டேன். அதுவும் அவர் மகள், அவளைப் பற்றி அவர் குறிப்பிட்டபோது 'டார்லிங்' என்ற குரலைச் செவியுற்றது போன்ற உணர்வு. ஒவ்வாமையைத் தந்தது அது.

ஊருக்குத் திரும்பி வந்த பின் கேப் டவுனில் நடந்ததைப் பற்றிப் பல நாட்கள் யோசித்துக்கொண்டிருந்தேன். லிவிங்ஸ்டன் என்னிடம் நடந்துகொண்ட விதம் விடை தெரியாத புதிராக என் மனதில் உறுத்திக்கொண்டிருந்தது. கேப் டவுனிலிருந்து திரும்பி வந்த பின் என் காதலனிடம் அதைப் பற்றிக் கூறினேன். அவன் வழக்கம்போல அசுவாரசியத்தோடு கேட்டான். எல்லாவற்றையும் விட்டுவிட்டு 'அதற்கெதற்கு அந்த ஆள் ஒரு டஜன் *tampon* பாக்கெட்கள் வாங்கினார்?' என்றான். அதற்காகவே ஒரு சண்டை எங்களுக்குள் நடந்தது. சில வாரங்கள் பேசாமலிருந்தோம்.

என்னுடைய பேராசிரியர் ஒருவர் 'லிவிங்ஸ்டனின் நடவடிக்கையைக் குறித்து நீ அந்தக் கல்வி நிறுவனத்துக்குப் புகாரளிக்க வேண்டும். நேர்காணலுக்கு வந்த பெண்ணிடம் இப்படி நடப்பதெல்லாம் அத்துமீறல்' என்று ஆத்திரப்பட்டார். நானும் அதைப் பற்றி ஒரு நாள் யோசித்துப்பார்த்தேன். ஆனால் போதிய ஆதாரங்கள் இல்லையே, எப்படிப் புகார் கொடுப்பது? இன்னொரு பேராசிரியரோ 'அவள் விளையாட்டாகக்கூட டார்லிங் என்று கூப்பிட்டிருக்கலாம். ஒவ்வொரு கலாச்சாரச் சூழலிலும் குடும்பச் சூழலிலும் மகள் தந்தையை அழைக்கும் விதம் மாறுபடலாம்தானே' என்று வேறொரு கோணத்தைத் தந்தார். ஒரு சமயம் என்னுடைய பக்கத்து வீட்டுக்காரியிடமும் இதைப் பற்றிப் பேசிக்கொண்டிருந்தேன். அவள் லிபரலான பிரெஞ்சுப் பெண்மணி. முதலில் அவள் 'ஒழுக்கரீதியாகவெல்லாம் இதை நாம் பார்க்க வேண்டாம்' என்று அறிவுறுத்தினாள். ஆனால் கொஞ்ச நேரம் கழித்து 'யோசித்துப் பார்த்தால் பத்து நிமிட அழைப்பில்

முப்பது டார்லிங்குகள் அதிகப்படியாகத்தான் தெரிகிறது' என்று பின்வாங்கினாள்.

என்னுடைய நெருங்கிய இந்திய நண்பர்களிடமும், கொஞ்சம் பேர் இருக்கிறார்கள், இந்த வினோதமான நேர்காணல் பற்றிப் பேசினேன். ஒரு சிநேகிதன் 'எனக்கென்னவோ வேறொருவருக்கு வேலை தருவதற்காக, உன்னைப் பயமுறுத்த அந்த வெள்ளைக்காரப் பேராசிரியரும் அவருக்குத் தெரிந்த ஒரு பெண்ணும் சேர்ந்து நாடகம் போட்டிருக்கலாமோ என்று தோன்றுகிறது,' என்று அனுதாபம் தெரிவித்தான். அவன் ஒரு பத்திரிகையாளன். 'ஆமாம், என்ன இருந்தாலும் நாம் இந்தியர்கள், வெள்ளைக்கார மனோபாவமே வேறு மாதிரி,' என்று ஆமோதித்தேன். அதுவும் தென்னாப்பிரிக்க வெள்ளைக்காரர்கள், அவர்களது மூதாதையர்கள் நமது மகாத்மா காந்தியையே பொது வெளிகளில் என்ன பாடுபடுத்தினார்கள்!

கேப் டவுனில் நடந்ததைப் பற்றி நினைக்கும்போதெல்லாம் 'வன்முறை என்பது மனிதன் தன்னை மீளுருவாக்கம் செய்துகொள்வதே' என்று ஃப்ரான்ஸ் ஃபனான் எழுதியிருப்பது கண் முன்னால் நிற்கும். காந்திக்கு நடந்ததும் கறுப்பர்கள் காலங்காலமாகச் சந்தித்ததும் நான் எதிர்கொண்டதும், எல்லாம் ஒன்றா என்ன? ஆனால் ஃபனான் ஸ்தூலமான வன்முறையை மட்டும் வன்முறை என்று கருதியவர் அல்ல. ஆகவே, எதுவும் புரிபடாமல் கேப் டவுனில் என் நேர்காணல் பாதிக்கப்பட்டு, அதனால் ஒருவகையில் என் எதிர்காலம் சீர்குலைந்ததை வன்முறை என்று நான் எண்ணிக்கொள்வதை அவர் ஆட்சேபிக்கப்போவதில்லை. அந்த வேலை ஒரு வெள்ளைக்காரருக்குத்தான் கிடைத்திருக்கும் என்று நினைத்துச் சோர்ந்துபோனேன். உனக்கே தெரியும், இன்று வரையிலும் எனக்கு ஒரு நல்ல வேலை கிடைக்கவில்லை.

காலப்போக்கில் கேப் டவுன் பற்றிய நினைவும் தேய்ந்து போனது. கேப் டவுன் அனுபவத்தைப் புரிந்துகொள்ள, அதன் மீது பாய்ச்ச உதவியாக வெளியிலிருந்து வெளிச்சம் எதுவும் எனக்குக் கிட்டவில்லை என்பதுதான் உண்மை. அந்த வேலை உண்மையில் யாருக்குக் கிடைத்ததென்று தெரியவில்லை. எனக்கு அதைப் பற்றித் தெரிந்துகொள்ளப் பெரிதாக ஆர்வமும் இல்லை. மூன்று வருடங்களுக்கு முன்பு, மானுடவியல் துறைகள்

குறித்த ஒரு சுற்றாய்வுக்கு நான் பணியாற்றிய நிறுவனம் சார்ந்த ஆலோசகராக இருந்தேன். இணையத்தில் அதைச் சார்ந்து தேடிக்கொண்டிருந்தபோது எதேச்சையாகக் கேப் டவுன் கல்லூரியின் இணையதளம் என் கண்ணில் பட்டது.

எனக்கு ஆர்வம் வந்தது. சரி எதற்கும் பார்க்கலாமே என்று என்னை நேர்காணல் செய்த துறையின் பேராசிரியர்கள் பெயர்ப் பட்டியலில் கண்ணை ஓட்டிப் பார்த்தேன். என்னை விமானநிலையத்திலிருந்து அழைத்துச் சென்ற ஜான் லிவிங்ஸ்டன் என்ற பெயர் அதில் இல்லை. ஆனால், பேராசிரியர் கென்னத் ஜே. லிவிங்ஸ்டன் என்ற ஒரு பெயர் தரப்பட்டிருந்தது. உடனே ஆர்வ மிகுதியால் வேகமாக அவர் ப்ரொஃபைலைச் சொடக்கி, அவருடைய துறை சார்ந்த இணையப் பக்கத்துக்குச் சென்றேன். கென்னத் ஜே. லிவிங்ஸ்டனின் புகைப்படம் அதில் பகிரப்பட்டிருந்தது. ஆனால் அவர் இளையவர். நான் பார்த்தவரில்லை.”

சுகந்தா இதையெல்லாம் விவரித்தபோது, டேபிள் மவுண்டனில் லிவிங்ஸ்டனின் காரிலிருந்து அவள் இறங்கிய கட்டத்தில் எங்களுக்கு காபுசினோ வந்துவிட்டிருந்தது. நான் அதைக் குடித்து முடித்திருந்தேன். அவள் கதையைக் கூறி முடித்த பின் மெதுவாக, “உன் பத்திரிகையாள நண்பன் சொன்னதுதான் சரி என்று படுகிறது. அந்த ஆள் அவருக்குத் தெரிந்த யாருக்கோ அந்த வேலையை வாங்கித்தரத் திட்டம்போட்டிருப்பார். இப்போது அந்தக் கல்லூரியில் வேலை செய்கிறாரே இளம் பேராசிரியர், அது அவர் மகனாகக்கூட இருக்கலாம். உன் திறமையைப் பற்றித் தெரிந்துகொண்டு, உன் கவனத்தைச் சிதறடித்து, போட்டியிலிருந்து உன்னை அப்புறப்படுத்த ஒரு மகளை ஜோடித்து இத்தனை நாடகம் நடத்தியிருக்கிறார்” என்றேன்.

“இருக்கலாம். ஆனால் யாருக்குத் தெரியும்? லிவிங்ஸ்டன் என்ற பெயர் அத்தனை அபூர்வமானதில்லை. அது சம்பந்தமில்லாத வேறொருவராக இருக்கலாம். மேலும் எதற்காக இப்படிச் சுற்றி வளைத்து ஒரு குழப்ப நாடகம்? தவிர, என்னை எதற்கு அவர் வீட்டுக்குக் கூப்பிட வேண்டும்? ஒருவேளை நிஜமாகவே அந்தப் பெண் அவர் மகள்தான் என்றால்?”

“ஆனால் அந்த டார்லிங் விஷயம்? தவிர அவள் ஒரு சிறுமி...”

சற்று நேரம் பேசாமல் மௌனமாக இருந்தோம். பிறகு, சூழ்நிலையை மாற்ற நினைத்து, "பிரவுனி ஆர்டர் செய்யலாமா?" என்றேன். அவள் தலையாட்டினாள். பணியாளரை அழைத்து ஆர்டர் செய்தேன். சில நிமிடங்களிலேயே பிரவுனிகளோடு அவர் வந்தார். தட்டுகளை மேசையில் வைத்துவிட்டு, காப்பிக் கோப்பைகளை எடுக்க அவர் முனைந்தபோது, அவர் கை தவறி கோப்பையிலிருந்த காப்பி அவள் உடையில் சிந்தியது. கொட்டியது என்பதுதான் சரி. ஏனெனில் அவள் காப்பியைக் கால்வாசிகூடக் குடித்திருக்கவில்லை.

அதைப் பார்த்துக்கொண்டிருந்த கஃபே மேனேஜர் ஓடி வந்தார். "சாரி மேடம்" என்று மன்னிப்புக் கேட்டுவிட்டு டிஷ்யு பேப்பர்களைக் கொண்டுவந்து தந்தார். நாங்கள் ப்ரவுனியைத் தின்று முடிக்கையில் அவர் ஒரு சின்ன அட்டைப்பெட்டியைக் கொண்டுவந்து அவளிடம் தந்தார். "எங்கள் சேவையில் நேர்ந்த குறைபாட்டுக்காக மன்னிப்பும் ஒரு சிறிய பரிசும்" என்றார். "ஒரு பேஸ்ட்ரி இருக்கிறது, அவ்வளவுதான்" என்றார் சிரித்தபடி. "கோகோ ஃபேண்டஸி பேஸ்ட்ரி ஒரு துண்டு." சுகந்தா "நன்றி, எனக்கு மிகவும் பிடித்த பேஸ்ட்ரி" என்றாள் வியப்போடு. "எனக்குத் தெரியும்," என்று புன்னகைத்தபடி நட்போடு கூறினார் அவர்.

ஒரு சிறிய சாதாரணத் தவறை இப்படி மெனக்கிட்டு சரி செய்கிறார்களே என்று எனக்குக் கொஞ்சம் சந்தோஷமாக இருந்தது. சென்னையில் ரெஸ்டரண்ட்கள், கஃபேக்களில் இதையெல்லாம் பார்ப்பது அபூர்வம். அவரிடம் நன்றி தெரிவித்தேன். "பேஸ்ட்ரிஸை நீங்கள் வீட்டிலிருந்துகூட ஆர்டர் செய்யலாம். இங்கே பக்கத்தில்தான் இருக்கிறீர்கள் என்றால் எங்கள் கிளையை நேரடியாகவே கூப்பிடலாம்" என்று சொல்லியபடி தன் கார்டைக் கொடுத்தார். "தொலைபேசியில் அழைக்கும்போது தவறாமல் என் பெயர் சொல்லிக் கேளுங்கள். நானே நேரில் வந்து தருகிறேன். என் பெயர் லிவிங்ஸ்டன், டேவிட் லிவிங்ஸ்டன்" என்று அறிமுகப்படுத்திக்கொண்டார். எங்கள் மேசையிலிருந்து தட்டுகளை எடுக்கப் பணியாளரை அழைத்தவர், "உங்களைப் போலவே என் மகளுக்கும் கோகோ ஃபேண்டஸி என்றால் உயிர்" என்றார் சுகந்தாவைப் பார்த்தபடி. அவள் சட்டென மேசை மீது வைத்திருந்த தன் கைகளை எடுத்துக் கீழே வைத்துக்கொண்டாள்.

நினைவின் நிறம் இரண்டு

"...பெண் சிம்பன்ஸியைக் கடிப்பதை, அடிப்பதை, கூப்பாடு போட்டு மிரட்டுவதைப் பற்றிப் பார்த்தோம். குரங்குகளிடம் மட்டுமல்ல, பறவைகள் மத்தியிலும் பாலியல் வன்முறை இருக்கிறது. பறவைகளிடம் ஆண்குறியில்லையே என்று கேட்பீர்கள். ஏற்கெனவே நான் கூறியதைப் போல ரேப் ஆண்குறி நுழைவைப் பொறுத்தது மட்டுமே இல்லை. சில பறவைகளுக்கு ஆண்குறிக்கு ஒப்பான பகுதிகள்கூட இருக்கின்றன. *Red-billed buffalo weaver* என்றொரு பறவை. தமிழில் அதை... அதற்கொரு பெயர் உண்டு. தொண்டையில் இருக்கிறது, நாக்கில் வரவில்லை. அதில் ஆண் பறவை பெண் பறவையின் குறியில் இருபது, முப்பது நொடிகள் உரசித் தன் விந்தைச் செலுத்தும். பெண் பறவையின் சம்மதத்தைக் கேட்டுவிட்டு இதைச் செய்கிறதா என்றெல்லாம் நீங்கள் கேள்வி கேட்கக்கூடாது."

தொலைக்காட்சி சானலில் ஒரு ஆண் குரல் சிரிப்பது கேட்டது. அத்தோடு ஒரு பெண் குரலும் இணைந்துகொண்டது. சுருதி கல்லூரியிலிருந்து

வந்துவிட்டாள் போல. அவள்தான் இந்த நிகழ்ச்சிகளையெல்லாம் பார்ப்பாள்.

ஆண் குரல் தொடர்ந்து ஒலித்தது.

“மல்லார்ட் எனப்படும் காட்டு வாத்துக்கு அசலான ஆண்குறியே உண்டு. அது கார்க் திருகு போன்ற அமைப்பு கொண்டது. வாத்தின் உடலில் பை போன்ற பகுதிக்குள் மறைந்திருக்கும் அது ஹார்மோன்கள் ஆட்டத்தால் விறைக்கும்போது வேகமாக வெளியே வரும். அதிரடியாகச் சுழன்று பெண் வாத்தின் யோனிக்குள் நுழையும். ஆனால் புணர்ச்சி அத்தனை எளிதெல்லாம் இல்லை. பெண் வாத்தின் யோனி வளைவுகளும் நெளிவுகளுமாக எளிதில் உள்ளே நுழைய முடியாதபடி அமைக்கப்பட்டிருக்கிறது. யோனிக்குள் பற்கள் இருந்தால் எப்படி இருக்கும்? அப்படி. புணர்ச்சி எளிதாக இல்லாதபோதே ஆண் வாத்து பெண் வாத்தைத் துரத்தி ஆக்கிரமித்துப் புணர்கிறது. பறவைகளுக்குள் நடக்கும் ஆக்கிரமிப்புப் புணர்ச்சி ரேப் என்று கருதப்படுவதில்லை. மேட்டிங் சீசனில் இதெல்லாம் நடக்கிறது, அதற்கான பரிணாமத் தேவையும் இருக்கிறது என்கிறார்கள் வல்லுநர்கள். தவிர, வாத்துகள் பல கூடிக் கூட்டமாக ஒரு பெண் வாத்தை அத்துமீறிப் புணர்வதும் உண்டு. அதனால் பெண் வாத்து செத்துப்போவதும்...”

பெண் குரல் இடையிட்டது: “மனிதர்களுக்கு இருக்கும் மாரல் சாய்ஸ் பறவைகளுக்கு இல்லாததால்தான் ரேப் என்று அழைக்காமல் கட்டாயப் புணர்ச்சி என மென்மையாகச் சொல்கிறோமா?”

தொலைக்காட்சியில் நேர்காணல் நிகழ்ச்சி ஒளிபரப்பாவதை யூகிக்க முடிந்தது. சமையலறையிலிருந்து ஹாலுக்கு வந்தேன். சுருதியைக் காணோம். கோட் சூட், கண்ணாடி அணிந்த ஆராய்ச்சியாளர் ஒருவர் என்னைப் பார்த்தபடி பதில் சொல்லிக்கொண்டிருந்தார். இப்போதெல்லாம் எல்லா சானலிலும் பாலியல் வன்முறை ட்ரெண்டிங் சப்ஜெக்ட் ஆகியிருக்கிறது. நேற்றுக்கூட ஒரு விவாதம் நடந்தது. நான்கு பேனலிஸ்ட்கள். அதில் இருவர் திரையிலேயே ஒருவரோடு ஒருவர் குலாவிக்கொண்டிருந்தார்கள்.

நிபுணரை நேர்காணல் செய்த பெண் காட்சித் திரைக்கே உரிய நேர்த்தியோடு இருந்தாள். மயில்கழுத்து நீலத்தில் சேலை

அணிந்திருந்தாள். மனதில் ஓவ்வாமை குமிழியிட்டு எழும்பியது. தொலைக்காட்சியை அணைத்தேன். மயில்கழுத்து. மயில்கள். மயில் ரேப் செய்யுமா? ஒருவேளை அதைப் பற்றியும் அந்த நிபுணர் நிகழ்ச்சியில் பேசலாம். அதற்காகத் திரும்பவும் தொலைக்காட்சியை ஓடவிட்டால் அந்தச் சேலையை, அதன் நிறத்தைப் பார்க்கவேண்டியிருக்கும்.

டீப்பாயில் புத்தகங்கள் சிதறிக் கிடந்தன. அவற்றை அடுக்கி வைத்த பின் சமையலறைக்குச் சென்றேன். டீ போட வைத்த தண்ணீர் கொதித்துக்கொண்டிருந்தது. டீத்தூளைப் போடும்போது ஜன்னல் வழியே சுருதி தெரிந்தாள். தோட்டத்தில் உலாத்தியபடி மொபைலில் பேசிக்கொண்டிருந்தாள். சதா சர்வ காலமும் யாருடனாவது அரட்டை. அவளைக் கூப்பிட்டு டீ தரலாம். ஆனால் அவள் உள்ளே வந்தவுடன் டிவியைப் போடுவாள். அம்மாவோடு பேசிக்கொண்டு டீ குடிக்கப்போகிறாளா என்ன? என்னிடம் நானேதான் பேசிக்கொள்ள வேண்டும். அந்த நிகழ்ச்சி இன்னும் முடிந்திருக்காது. அந்தச் சேலை. அதன் நிறம். அது தந்த ஓவ்வாமை. சுருதியிடம் அதைப் பற்றிச் சொல்ல வேண்டும்.

சுருதி தோட்டத்திலிருந்து என்னைப் பார்த்துக் கையாட்டினாள். டீ கப்பை உயர்த்திக் காட்டி அவளை உள்ளே வர அழைத்தேன். மொபைல் அழைப்பு முடிந்திருக்க வேண்டும். ஹாலில் சத்தம் கேட்டது. "அம்மா, டீ."

"தேனீக்களுடைய விஷயமே வேறு. ஆனால் அத்துமீறல் என்று பார்த்தால் தேனீக்களும் அதைச் செய்யாமல் இல்லை."

இன்னும் நிகழ்ச்சி முடியவில்லை.

"சுருதி, உன்கிட்டே ஒண்ணு சொல்ல நெனச்சேன்."

"என்னம்மா?" தொலைக்காட்சியிலிருந்து கண்ணை அகற்றாமல் கேட்டாள். "ஏம்மா, டீல இவ்ளோ ஷுகர் போட்டிருக்க. பாயசம் மாதிரி இருக்கும்மா."

இவளிடம் இப்போது பேச வந்ததைப் பேசலாமா, வேண்டாமா? "ஷுகர் ரொம்ப அதிகம். ஆமா, என்னவோ சொல்லணும்னு சொன்னியே."

"இல்ல."

அங்கிருந்து நகர்ந்து வராந்தாவுக்குச் சென்றேன். அங்கிருந்து தெரு நன்றாகத் தெரியும். பின்மதியத்தில் நடைப்பயிற்சி செய்பவர்களைப் பார்க்க முடிந்தது. பழுப்பு நிற நாயோடு நடந்து போகும் தலை நரைத்த முதியவர். குண்டு சிநேகிதிகள் மூவர். பக்கத்து வீட்டு கேட்டின் அருகில் காரை நிறுத்திவிட்டு நடக்கத் தொடங்கிய கரைவேட்டிக்காரர். எங்கள் வீட்டைக் கடந்து சென்ற ஒரு தம்பதி. கிராதியின் மரச்சட்டங்களின் ஊடே வழக்கமான முகங்கள்.

அந்த ஜோடி ஒட்டிக்கொண்டும் கொள்ளாமலும் நடந்து போனார்கள். இருவரும் எத்தனை அந்நியோன்யம் என்று காட்டிக் கொள்வதாகவும், அதே நேரத்தில் தங்களைச் சுற்றியிருப்பவர்கள்மீது இருக்கும் மரியாதையால் நாகரிகம் கருதி இந்த இடைவெளியை விட்டிருக்கிறோம் என்பதாகவும் இருக்கும். தினமும் அப்படித்தான் நடந்து போவார்கள். இருவரும் அத்தனை இளவயதினர்கூட இல்லை. நாற்பது வயதுக்கு மேல் இத்தனை இழைதல் சாத்தியமா என்ன? ஒருவேளை நடிப்போ என்னவோ.

என் கணவனும் நானும் தெருவில் நடந்துபோனால் அநேகமாக எதிரெதிர் சாரிகளில் நடப்போம். அதுவும் ஒருவரையொருவர் பார்க்கும்படிக்கு நடக்காமல் குறைந்தது ஐம்பதடியாவது விட்டு எனக்குப் பின்னால் அவன் வருவான், அல்லது அவனுக்குப் பின்னால் ஐம்பதடி தாண்டி நான் வருவேன். சில திருமணங்கள் காலப்போக்கில் இளித்துப் போய்விடுகின்றன. சில முதல் மாதங்களிலேயே. என்னுடையது இரண்டாவது வகை. அதற்காகப் புதிதாகத் துக்கப்பட எதுவுமில்லை.

ஆனால் இப்போதெல்லாம் சுருதியுடனும் என்னால் எதையும் பகிர்ந்துகொள்ள முடியவில்லை. அதுதான் வேதனை. சுருதிக்குப் பத்தொன்பது முடிந்து இருபது தொடங்கிவிட்டது. என்றாலும் பதின்ம வயதுப் பெண் குழந்தைகளுக்கும் அம்மாக்களுக்கும் வருகிற அற்பச் சண்டைகள் எங்களிடையில் இன்னும் நீடிக்கின்றன. குழந்தையில் அவள் என் முந்தானையை ஒரு நொடி கூட விட மாட்டாள். அதுபோல் இல்லாவிட்டாலும் அவள் என்னுடன் மீண்டும் நெருக்கமாகச் சில வருடங்களாவது பிடிக்கும். ஒருவேளை அவளுக்கும் திருமணமான பின் அது நடக்கலாம்.

விரைவிலேயே மயில்கழுத்து நிறச் சேலையைப் பற்றி சுருதியிடம் சொல்ல வேண்டும். “அப்போ எனக்கு ஒன் வயசுதான். நான் வேலைக்குச் சேர்ந்து ரெண்டு மாசமாயிருந்தது. கவர்ன்மெண்ட் வேலனா குதிரைக் கொம்பு அப்ப. எங்கப்பா சொல்வாரு கவர்ன்மெண்ட் வேலையா, ஹஸ்பண்டானு கேள்வி வந்தா வேலைதான் மொதல்லனு தேர்ந்தெடுக்கணும்னு. அப்பாதான் மொதல் நாள் ஆபீஸ்ல என்னைக் கொண்டுவந்து விட்டது. நிம்மதியான, பாதுகாப்பான இடம்னுதான் சேத்தாரு. ஆனா...”

ஏற்கெனவே இதே வார்த்தைகளில் என் கணவனிடம் சொல்ல ஆரம்பித்தது நினைவில் வந்தது. அப்போது எங்களுக்குத் திருமணமாகி இரண்டு வாரங்கள் ஆகியிருந்தது. அவனுக்கும் எனக்கும் சிலபல விஷயங்களில் கருத்து வேறுபாடுகள் உண்டு என்று புரிந்துகொள்ள ஆரம்பித்திருந்த நேரம். ஆனால் உறவின் தங்க முலாம் மாறிவிட்டிருக்கவில்லை. நான் அவனிடம் சொல்லிக்கொண்டிருந்தபோது இந்த இடத்தில்தான் குறுக்கிட்டான்.

“நானா கவர்மெண்ட் வேலையானா நீ ரெண்டாவதத்தான் தேர்ந்தெடுப்பே. அப்ப எனக்குச் சக்களத்தன் ஒருத்தன் இருக்கான். சக்களத்தன்னு தமிழ்ல வார்த்த இருக்கா?” இனிப்பும் ஆசையும் ஆபாசமுமான அந்த வார்த்தை கூட்டிய நெருக்கத்தில் புதுக் கணவனின் ஆர்வத்தோடு என்னை இறுக்கினான். நானும் மையலுற்றேன். அன்று அதற்குப் பின் பேச முடியவில்லை.

திருமணமாகிச் சில மாதங்கள் கழித்து நாங்கள் அவனுடைய நண்பன் வீட்டு விசேஷம் ஒன்றுக்காகத் திருச்செந்தூருக்குச் சென்றோம். உடல் தேடல்கள் பழகிப்போய் இருவருக்கும் நிதானம் கூடியிருந்த சமயம் அது. வார இறுதியென்பதால் விசேஷம் முடிந்தும் திருநெல்வேலியில் இரண்டு நாட்கள் தங்கியிருந்தோம். விசேஷத்தன்று மாலை திருச்செந்தூர் முருகன் கோயிலுக்குச் சென்றோம். அன்று வினோதமாகக் கடற்கரை வெறிச்சோடியிருந்தது. கோயிலில் தரிசனம் முடிந்தவுடன் வளாகத்தில் எனக்கு இருப்புக்கொள்ளவில்லை. “போலாமா?” என்று அவனை நச்சரித்துக்கொண்டிருந்தேன்.

“சென்னைல இல்லாத கடற்கரையா? இதுக்கா போலாம் போலாம்னு ஓடிவந்தே?” என்று கடலை நோக்கி அமர்ந்தவுடனேயே கேட்டுவிட்டான்.

“அப்டியில்ல. அங்க ஜாஸ்தி மயிலுங்க.”

“ஏன், ஒனக்கு நம்ம தேசியப் பறவைய பிடிக்காதா?” என் கையை இழுத்துத் தன் கைக்குள் வைத்துக்கொண்டான்.

“இல்ல, அப்டியில்ல. அதோட கழுத்து கலர்தான் அலர்ஜி.”

“சாப்பாடு, மருந்துனா அலர்ஜினு ஓடறவங்கள பாத்திருக்கேன். கலர்ல கூடவா? பிடிக்கலங்கறத அப்டி சொல்றியோ?”

“பிடிக்கலனு மாத்திரமில்ல.” அந்த நிறத்தைப் பற்றிப் பேசுவதே எனக்கு ஒத்துவரவில்லை. கஷ்டமாக இருந்தது. உள்ளுக்குள்ளிருந்து உருட்டி திரட்டிக்கொண்டு வந்தது.

“நாம ரூமுக்குப் போவலாமா? வாமிட் வரா மாதிரியிருக்கு.”

“கோயில்ல நல்லாதானே இருந்தே. மயிலோட என்ன சண்டை ஒனக்கு?”

“அந்தக் கலர்தான்...”

“சொல்ல வந்தத சொல்லு. இரு, கௌம்பறப்ப சிகரெட் கடையில ஆரஞ்ச் மிட்டாய் கொடுத்தான். அத மொதல்ல போடு.” அப்போதெல்லாம் அவன் நிறைய சிகரெட் பிடிப்பான்.

“இப்ப சொல்லு”

“ஆபீஸ்ல சேர்ந்த புதுசில ஒரு பாஸ் இருந்தான்.”

“ரொமான்ஸ் கதை போலருக்கு.” புன்னகை விரிந்தது. “சொல்லு, சொல்லு,” விளையாட்டாக அவசர பாவனை காட்டினான்.

“அவன் ரொம்ப சரியில்லாத ஆளு,”

“ஜொள்ளு கேஸோ?”

“அதுக்கும் மேல.”

“ஓஹோ.”

“திமிரு பிடிச்சவன். அவன் ஆபீஸ்ல நுழையற நேரத்தில ரிசப்ஷன்ல ரிசப்ஷனிஸ்ட் தவிர யாரும் இருக்கக் கூடாது. அவன் படியேறும்போது யாரும் படியேறக் கூடாது. எதிர்ல யாரும் படியிறங்கக் கூடாது.”

“அவன் வர்ரான்னு ஞான திருஷ்டிலியா தெரியும்? ஒருவேள அந்தக் காலம் மாறி பராக் பராக்னு அறிவிச்சிட்டுப் போவாங்களோ?”

“அப்டியில்ல. சார் வராரு, சார் வராருனு அவர் கார் டிரைவர் சொல்லிட்டுப் போவாரு.”

“சரியான காமெடியா இருக்கே.”

“ஆமாங்க. ஒரு தரம் நான் சேந்த ரெண்டாவது மாசம் அவன் ஆபீஸ்க்கு வர்றப்ப ஏதோ ஒரு பொண்ணு மயில்கழுத்து கலர்ல சாரி கட்டிட்டு எதிர்ல வந்துட்டா. ஒடனே ஆபீஸ்ல அந்தக் கலர்ல சாரி கட்டியிருந்த எல்லாப் பொண்ணுங்களையும் அவன் சேம்பருக்கு வரணும்னு அவன் ஆர்டர் பண்ணான்.”

“ஆர்டரா? கவர்மெண்ட் ஆபீஸ்ல இதெல்லாமா நடக்கும்?”

“நெஜமாவே நடந்தது.”

“சரி, ஒடனே ஒங்க ஆபீஸ் பொண்ணுங்க கேட்வாக் செய்யப் போயிட்டாங்க?” அவன் குரலில் ஏளனமோ கேலியோ இரண்டில் ஒன்று தொனித்தது.

எனக்கு அவமானமாக இருந்தது.

“போனோம், ஆனா கேட்வாக் இல்ல” என்றேன் அமுங்கிய குரலில். “அவனோட சேம்பர்ல சீட்டுக்கு எதிர்ல ஒரு ஆங்கிள்ள பெரிய மிர்ரர் மாட்டியிருப்பான். யாருனாச்சிம் சின்ன வயசுப் பொண்ணுங்கள தேவையில்லாம கூப்பிடுவான். ஒக்காரச் சொல்வான். ஒக்காந்தா அங்கேந்து எந்திரிக்க விடாம கண்ணாடில அவங்களப் பார்ப்பான். அவங்க முன்னாடியே அவங்கள விதவிதமாப் படம் வரைவான்.”

அவன் என் மீதிருந்த தன் கையை எடுத்துத் தன் மடிமேல் வைத்துக்கொண்டான்.

“சாயங்காலம் கிளப்ல அவனோட சர்க்கிள்ள இருக்கற ஃப்ரண்ட்ஸ் கிட்ட எங்க ஆபீஸ் பொண்ணுங்களப் பத்தித்தான் அரட்டையடிப்பான்னு சொல்லுவாங்க.”

என்னிடமிருந்து கண்ணைத் திருப்பிக் கடலைப் பார்த்தான்.

அவன் கையை இழுத்துக்கொண்டபடி சொன்னேன், “அது

மட்டுமில்ல. ஆபீஸ்ல சிலப்போ பொண்ணுங்ககிட்ட வரம்பு மீறி நடந்துப்பான். அன்னிக்கும் அவன்...”

அப்போது தூரத்தில் எழும்பிய ஒரு அலையை அவன் என்னிடம் காட்டினான். “அலை பெரிசா வர ஆரம்பிச்சிருச்சி. இன்னிக்கு அமாவாசை வேற. பீச் ஜிலோனு இருக்கு. கௌம்புவோம்.”

“இல்லீங்க, அன்னிக்கு மயில்கழுத்து கலர்ல...”

“சியாமளா, இருக்கட்டும். எதுவா இருந்தாலும் நடந்து ஏழெட்டு வருஷம் ஆயிருக்குமா?” அவன் குரலில் எந்த உணர்ச்சியும் இருந்ததாக எனக்கு நினைவில்லை. “எதுவா இருந்தாலும் தேவையில்லாத விஷயங்கள ஒடனே மறந்துரணும். அதை எதுக்கு பெரிசு பண்ணி வீணா அதையே நினைச்சுக்கிட்டு.”

ஏமாற்றமாக, குழப்பமாக இருந்தது. அன்று அதிசயமாக எனக்குக் கோவையாக வார்த்தைகள் வந்தன. ஆனால் அவன் பேச்சைத் திசைதிருப்பிய மாதிரி இருந்தது.

“இருள் வேகமா கவ்விட்டு வருது. கௌம்புவோம்.” எழுந்து கையை நீட்டினான். எழுந்தேன்.

அந்த உள்ளங்கையின் இளமை. சொரசொரப்பு. இப்போது எப்படியிருக்கும் அவன் கை? ஒழுங்காக நகம் வெட்டுகிறானா என்றுகூடப் பார்ப்பதில்லை.

அதன் பின் திருநெல்வேலியில் தங்கியிருந்த இரண்டு நாட்களும் நான் என் அலுவலகத்தில் நடந்ததைப் பற்றிப் பேசத் தொடங்கியபோதெல்லாம் அவன் தடுத்தான். தடுத்தான்தானே? அதன் பின் அந்தப் பேச்சையே அவனிடம் எடுக்கக்கூடாது என்று முடிவு செய்தேன், இல்லையா?

கிராதியின் மரச் சட்டங்களை எண்ணி முடிக்கையில் ஒன்றையோ இரண்டையோ தவறவிட்டதாக உணர்ந்தேன். தவிப்பு ஏற்பட்டது.

என் நினைவு கொண்டுபோகும் பாதை சரியா? அன்றைக்குக் கடற்கரையிலிருந்து அவன் என்னைக் கிளப்பியபின் என்னைக் கடும் மனச்சோர்வு சூழ்ந்தது. திருநெல்வேலிக்குச் செல்லும் வழியில் ஒரு ரெஸ்டாரண்டில் காரை நிறுத்தி டின்னர் சாப்பிட்டோம். அதன் பின்னர் நெடுஞ்சாலையில் ஒரு விபத்தைப் பார்த்தோம்,

இல்லையா? ஒரு வேன்மீது தனியார் பஸ் ஒன்று மோதி வேனின் முன்பகுதி நசுங்கிச் சிதறியிருந்தது. அவன் காரை நிறுத்தி அடிபட்டவர்கள் இருவரைக் காரில் ஏற்றிக்கொண்டான். திருநெல்வேலிக்குச் சென்ற பின் அந்த விபத்தைப் பற்றித்தான் பேசிக்கொண்டிருந்தோம். அதில் ஒருவன் எட்டு வயதுச் சிறுவன். அவன் விரல்கள் அறுபட்டுக் கையே போய்விட்டது. “எத்தனை கோரமான விபத்து!” என்று அவன் அரற்றிக்கொண்டிருந்தான்.

ஆனால் அங்கே அடுத்த நாள் நான் கடற்கரையில் தொடங்கிய பேச்சை அவனிடத்தில் தொடர முயன்றேனா, இல்லையா?

அடுத்த நாள் அவன் அலுவலகத்தில் ஏதோ பெரிய பிரச்சினை. யாரோ அலுவலகப் பணத்தைக் கையாடல் செய்துவிட்டார்கள் என்று அவனுக்குத் தொலைபேசியில் அழைப்புக்கு மேல் அழைப்பாக வந்துகொண்டிருந்தது. ஆனால் அதெல்லாம் பகலில்தானே? இரவில் டின்னர் சமயத்தில் நான் மீண்டும் அதைப் பற்றிப் பேசத் தொடங்கி, அவன் என்னை இடைமறித்தான். என் கண்கள் கலங்கி, அதை அவன் கண்டுகொள்ளாமல், இருவருக்கும் சண்டை வேறு நடந்ததே!

இல்லை, அன்றிரவு சண்டை நடக்கவில்லை. அது வேறொரு நாள். கையாடல் புகார் தரப்பட்ட அன்று நாங்கள் டின்னர் சாப்பிடுவதற்கு முன்பே திருநெல்வேலியிலிருந்து கிளம்பிவிட்டோம். அவன் கணவனின் நண்பன் வீட்டில் கலந்த சாதம் கட்டிக் கொடுத்தார்கள். அந்த நண்பனும் எங்களோடு கூடவே சென்னைக்கு வந்தானே. அவனது நண்பன் மூன்றாம் மனிதன் முன்னால் அலுவலகத்தில் நடந்ததையெல்லாம் நான் எப்படிச் சொல்லியிருப்பேன்? நான் ஒரு போக்கில் நிகழ்வுகளை யோசித்துக்கொண்டிருந்தபோது, மாறுபட்ட வேறொரு கோணம் குறுக்கிட்டபடியே தொல்லை செய்தது.

சட்டத்திலிருந்து ஒரு சிராய்ப்பு விரலில் பாய்ந்துவிட்டது. வருடக் கணக்காகிவிட்டது. மாற்றித் தொலைய வேண்டும்.

என் எண்ணிக்கையின் குழப்பம் தீரவில்லை. எண்ணப் பிழையின் உருவக அனுபவமாக இருக்குமோ இந்த எண்ணிக்கைப் பிழை?

என் நினைவடுக்குகளில் எங்கோ பிழை நுழைந்திருக்கிறது

என்று எனக்குத் தீர்க்கமாகத் தோன்றியது. திருநெல்வேலியில் தங்கியிருந்த அந்தச் சில நாட்களில்தான் அவனிடமிருந்து விலகத் தொடங்கினேன். எளிமையான காரணம்தான். நான் முக்கியமான அந்தரங்கமான விஷயத்தைப் பகிர்ந்துகொள்ள நினைத்தபோது அவன் கேட்க விரும்பாமல் நடந்துகொண்டான். மனைவி, அதுவும் அப்போது நான் புது மனைவி வேறு, சொல்லவருவதில் கணவன் கொஞ்சமாவது அக்கறை காட்டியிருக்க வேண்டாமா? என் எதிர்பார்ப்பில் என்ன தவறிருக்கிறது?

அதன் பின் எனக்கு நடந்ததைப் பற்றிப் பேச நான்கைந்து முறைகளாவது முயன்றிருப்பேன். உத்தேசமான முயன்றிருப்பேனிலிருந்து உறுதியாக முயன்றேனை நோக்கி என் நினைவு செல்லத் தொடங்கியது. ஆம், அதுதான் உண்மையாக இருக்க முடியும்.

பிறகெப்படி எங்களுக்கிடையே இருந்த நெருக்கம் அந்தப் பயணத்திலிருந்து சிதைய ஆரம்பித்தது? அன்று முதல் இன்றுவரை பேருக்கென்று கணவன் மனைவியாக நாங்கள் நடமாடுவதற்குச் சுழி போட்டது திருச்செந்தூர் கடற்கரையில் நடந்ததுதானே? கடற்கரைக்குப் போன முந்தைய நாள்தான் சுருதி உண்டாகியிருக்க வேண்டும்.

அதற்குப் பின் அவனுடன் நான் சேர்ந்து படுப்பது அர்த்தமில்லாது போன இரவுகள். அவசர கதியில் அவனாகத் தொடங்கி அவனாக முடித்து வைத்த அர்த்தமில்லாத புணர்ச்சிகள். *Red-billed buffalo weaver* ஆண் பறவை தன் இணையான பெண் பறவையை உரசி விந்தணுவைச் சேர்ப்பதற்காகப் பெண் பறவை ஆத்திரப்படாதா? தன் முகத்தைக் கூடவா அது திருப்பிக்கொள்ளாது? முதலில் திரும்பிப் படுத்து முதுகைக் காட்டுவது நான்தான் என்பதில் எனக்குக் கிடைத்த அர்த்தமில்லாத சின்னப் பெருமிதம். சீக்கிரமே அர்த்தமில்லாத எல்லாம் முடிந்து தனித்தனி அறைகளில் அர்த்தமில்லாமல் தூங்கத் தொடங்கியது. அர்த்தமில்லாத, அர்த்தமில்லாத... நல்லவேளை, சுருதிக்குப் பிறகு என் வயிற்றில் குழந்தை எதுவும் திரளவில்லை.

கிராதியின் மரச் சட்டங்கள் "எங்களை இன்னொரு முறைதான் எண்ணேன்" என்று கேலி செய்து சிரித்தன. மறையப்போகும் மாலைச் சூரியனைப் பெரிய கருமேகம் ஒன்று மறைக்க, சட்டங்களுக்குள் புகுந்து நிழல் ஆட்டம்காட்டியது. கிட்டத்தட்ட

இருபது வருடமாகிவிட்டது. அன்று கடற்கரையில் நாங்கள் பேசிய ஒவ்வொரு வசனமும் வார்த்தையும் தொனியும் முகபாவனையும் ஏன் அவனுடைய உள்ளங்கை சொரசொரப்பும்கூட என் நினைவிலிருக்கும்போது, அதற்குப் பிறகு நடந்தது மட்டும் மறந்துபோக வாய்ப்பில்லை. ஆனால், அதன் பின் நான்கைந்து முறை நான் அதைப் பேச வந்தபோது சொல்ல முடியாதபடிக்கு அவன்தான் தடுத்தான் என்ற என் மனப்பதிவில்தான் ஏதோ இடறுகிறது.

மீண்டும் மரச் சட்டங்களை எண்ணினேன். சிராய்த்த சட்டத்தைக் கவனமாகத் தவிர்த்தேன். ஒரு முறையாவது அவன் அப்படி நடந்துகொண்ட விவரங்கள் எனக்கு ஸ்தூலமாக ஞாபகம் வர வேண்டாமா? என் நினைவே தனக்குத் துரோகம் செய்யுமா என்ன? வருடம் போகப்போகப் பட்டதெல்லாம் மறந்துவிடும் போல. ஏன் எனக்கு இப்போது அவன்மேல் அத்தனை கோபமில்லை? ஏன் அப்போதே நான் அவனைவிட்டு விலகிச் செல்லவில்லை?

ஒருவேளை கடற்கரையில் நடந்த அந்த உரையாடலுக்குப் பின்பு நான்தான் மீண்டும் அந்த விஷயத்தைப் பற்றி அவனிடம் பேச்சே எடுக்கவில்லையோ? சேச்சே, அப்படியிருக்காது. ஆனால், அந்தச் சாத்தியம் என்னைப் பதற வைத்தது.

இருக்காது. அந்த மொகரைதான் நான் சொல்லவந்ததைக் கேட்காமல் நகரப் பார்த்தது. கடற்கரையிலேயே "பெரிசு பண்ணாதே," "தேவையில்லாத விஷயம்" என்றுதானே சொன்னான்? ஒருவேளை கடற்கரையில் என் முகத்தைப் பார்த்தே தெரிந்துகொண்டிருப்பானோ? எதற்குத் திரும்பவும் என் வாயால் கேட்க வேண்டும் என்று தவிர்த்திருப்பானோ? எது எப்படியோ, என் துயரத்தைக் குறைக்கவோ அதில் பங்குகொள்ளவோ சிறிய அளவு பொறுப்பையும் ஏற்க அவன் முன்வரவில்லை.

அவன்மீது கொண்ட ஆத்திரம் அதிகரிக்க அதன் பின் இன்னொரு சம்பவம் நடந்தது. அப்போது குழந்தை பள்ளிக்குச் செல்லத் தொடங்கியிருந்தாள். பிரைமரி ஸ்கூலில் படித்துக்கொண்டிருந்தாள். வேலை மாறுதலால் நான் அடிக்கடி வெளியூர்களுக்குச் செல்ல வேண்டியிருந்தது. அப்படிச் செல்லும்போதெல்லாம் சுருதியை என் அம்மா வீட்டில் விட்டுவிடுவேன். பொதுவாக மனைவிகள் வீட்டில் இல்லாதபோது கணவன்களுக்கு அவர்கள் நண்பர்களோடு

கூடிக் களிக்கப் பிடிக்கும் என்பதால் எங்கள் வீட்டிலும் இந்த ஏற்பாடு இருந்தது. ஒரு தீபாவளிக்கு முந்தைய வாரமென்று நினைக்கிறேன். என்னுடைய வேலை ஒரு நாள் முன்னரே முடிந்துவிட்டதால் அவனுக்குத் தெரிவிக்காமல் வீட்டுக்கு வந்து சேர்ந்தேன். மொபைல் வசதியெல்லாம் அப்போதில்லை. அவனும் அவனுடைய ஏழெட்டு நண்பர்களும் வீட்டில் ஏதோ படம் பார்த்துக்கொண்டிருந்தார்கள். நான் திடீரெனத் திரும்பி வந்ததை அவர்கள் எதிர்பார்க்கவில்லை. அவன் முகத்திலும் அவனுடைய நண்பர்கள் முகங்களிலும் உற்சாகம் வடிந்துவிட்டது. லுங்கியிலிருந்த அவன் பேண்ட், சட்டையை மாட்டிக்கொண்டு நண்பர்களை விட்டுவிட்டு வருவதாகச் சொல்லிவிட்டுக் கிளம்பிப் போனான். முகம் கழுவி, டீ குடித்த பின் ஹாலில் கண்டமேனிக்குக் கிடந்த சோஃபா குஷன்களை ஒழுங்கு செய்துகொண்டிருந்தேன். ஒரு ஆவலில் அப்படி என்ன படம் பார்த்துக்கொண்டிருந்தார்கள் என்று டிவி டெக்கை ஆன் செய்தேன்.

வீட்டில் நான் இல்லாதபோது ரேப் போர்ன் வீடியோவைப் போட்டுப் பார்ப்பவன் என் கணவன். அதுவும் நண்பர்களோடு கூட்டமாக. வீடியோவில் வந்த காட்சியைப் பார்த்த நிமிடத்தில் எனக்கு அவனைப் பற்றி முழுக்கத் தெரிந்துகொண்டுவிட்டதாகத் தோன்றியது. கூட்டத்தோடு கூட்டமாக அரட்டையடித்தபடி ரேப் போர்ன் வீடியோவை ரசிப்பவனிடம் ஒருத்தி தன் அந்தரங்கத் துயரைப் பகிர்ந்துகொள்ள முடியுமா? அவனிடமிருந்து கரிசனம் கிடைக்குமா? வாய்ப்பில்லை என்றே பட்டது.

என் கணவன் ரேப் செய்யவில்லைதான். ஆனால் ரேப் வீடியோவை அவனும் பார்த்திருக்கிறான். ஒரு பெண்ணைத் துன்புறுத்தும்போது சகோதரப் பிணைப்பு மாதிரி ஒன்று எப்படியோ ஆண்கள் மத்தியில் ஏற்பட்டுவிடுகிறதோ. பெண் பறவைகூட ஆண் கூட்டத்தில் என்ன படாத பாடுபடுகிறது! மதியம் அந்த ஆராய்ச்சியாளர் சொன்னதைக் கேட்டபோது மனம் விட்டுப்போனது. மல்லார்ட் ஆண் வாத்து பெண் வாத்தைத் துரத்தித் துரத்தி ரேப் செய்கிறது. சமயத்தில் கூட்டமாகக்கூடச் செய்யுமாம். ரேப் என்று அதைக் கூறக் கூடாது, கட்டாயப் புணர்ச்சி எனக் கூற வேண்டும் என்று திருத்தினார் அவர். வார்த்தை இருக்கட்டும். அந்தக் காட்சி மற்ற ஆண் வாத்துகளின் பார்வையில் படும்போது அவை என்ன செய்யும்? அவையும்

துரத்துமா? வாத்துகளைப் பற்றி மேற்கொண்டு தெரிந்துகொள்ள வேண்டும்.

மரச் சட்டங்களை இதுவரை நூறு முறை எண்ணியாகிவிட்டது. ஒவ்வொரு முறையும் ஒவ்வொரு எண்ணிக்கை வருகிறது.

கார் வந்து நிற்கும் சத்தம் கேட்டது. என் கணவன்தான். கையசைத்தபடி உள்ளே வந்தான். அவனுக்குத் தொந்தி வந்துவிட்டது. நடையில் ஒரு இம்மி கம்பீரம் குறைந்துவிட்டது. தலை முழுக்க நரை. நரைக்கு டை அடித்துக்கொள்ள முனையாத அளவுக்கு அவனுக்கு வயதாகிவிட்டது. எனக்கும்தான். ஷூவைக் கழற்றிவிட்டு உட்கார்ந்தவன் "இன்னிக்கு வெளில போய் சாப்பிடலாமா? ஒரு நாளாச்சும் அம்மா ரெஸ்ட் எடுத்துக்கட்டும்" என்றான் சுருதியிடம். மகள் புருவத்தை உயர்த்தி உதட்டைச் சுழித்தாள். "அம்மா மேல லவ்வு." சுருதி கூறியதைக் கேட்டு அவன் மந்தகாசமாகச் சிரித்தான்.

ரேப் போர்ன் வீடியோவை டெக்கில் கண்டுபிடித்த பின் பல நாட்களுக்கு அவன் முகத்தில் விழிக்கவே நான் விரும்பவில்லை. அவன் செய்த காரியம் எனக்குத் தெரிந்துவிட்டதென்று அன்றே அவனுக்கும் தெரிந்துவிட்டது. அவன் சங்கடப்பட்டதையும் உணர்ந்தேன். படட்டும். படுக்கையறையிலிருந்த தன் தலையணையை எடுத்துக்கொண்டு வெளியே படுக்கவந்தபோது "நான் செஞ்சிருக்கக் கூடாது. சாரி. இனிமே நடக்காது" என்றான். எனக்கிருந்த வெறுப்பில் ஜடப்பொருளாக அவனைக் கருதி, பார்த்தும் பார்க்காமலும் நகர்ந்தேன்.

பிறகு அவன் சில முறை செக்ஷுவல் ஃபேண்டஸிக்கும் நடப்பு வாழ்க்கைக்கும் நேரடித் தொடர்பு கிடையாது என்று என்னிடம் மென்மையாக வாதிட்டிருக்கிறான். கூடவே விதவிதமாக மன்னிப்பும் கேட்டிருக்கிறான். பரிசுப்பொருள்களுடன் சில சமயம். அப்போதெல்லாம் நான் அவன் முகத்தையே பார்க்காமல் வேறெங்கோ ரொம்பத் தொலைவில் இல்லாத ஒரு புள்ளியை நோக்குவேன். "அன்னிக்கு பியர் ப்ரஷர்தான். இல்லாட்டி பாத்திருக்க மாட்டேன்" என்றான் ஒரு முறை. "நானோ என் நண்பர்களோ நெஜ வாழ்க்கையில் அப்படிப்பட்டவங்க இல்ல." எத்தனை சமாதானங்கள், நறுக்கென்று பேச்சைக் கத்தரித்துவிட்டு எழுந்து போய்விடுவேன். என்னுடைய அதிதுயரை அன்று திரும்பத்

திரும்பப் பேச்செடுத்தபோது நீ காதுகொடுத்துக் கேட்கத் தயாராக இல்லை. உன் லோலாயி விவகாரத்தை நான் கேட்டு உன்னைப் புரிந்துகொள்ள வேறு வேண்டுமா?

அவனுடைய லோலாயி விவகாரத்தால்தான் நான் திரும்பத் திரும்ப என்னுடைய துயரைப் பேச முயன்றதாக, அவன் கேட்க மறுத்ததாகத் தோன்றுகிறதோ?

எதற்காக இத்தனை குறுகல் மரச்சட்டங்கள் இங்கே? இடையிடையே ஒன்றன் மீதேறி இன்னொன்று வேறு.

“இன்னும் ரெடியாவலியா?” அவன்தான். உள்ளே சென்று சேலை மாற்றிக்கொண்டு தயாராகி வந்தபோது அவனும் மகளும் காரில் இருந்தார்கள். எப்போதாவதுதான் நாங்கள் குடும்பமாக வெளியே டின்னருக்குப் போவது. அவன் முன்சீட்டுக் கதவைத் திறந்துவிட்டபடி என்னைப் பார்த்தான். பொறுப்பும் வேலைப் பளுவும் கூடிவிட்டதால் குழி விழுந்த கண்கள். கன்னம்வரை இறங்கிய கருவளையங்கள். அவன் முகத்தை நான் குளோஸ்-அப்பில் பார்க்கும் அபூர்வத் தருணங்களில் இதுவும் ஒன்று.

காரில் ஏறுகையில் அவனை மிக நெருக்கத்தில் பார்த்தபோது அவனது கனிவு கூடியிருந்த முகபாவத்தில் ரேப் போர்னை எல்லாம் தானாக விரும்பித் தேர்ந்தெடுத்துப் பார்ப்பவனாக அவன் தெரியவில்லை. ஒருவேளை அன்று கடற்கரையில் நான் சொல்ல வந்ததைக் கேட்காமல் அவன் புறப்பட்டபோது அவன் கன்னத்தில் ஒரு தட்டு தட்டியிருந்தால் முதலில் கொஞ்சம் ஆத்திரப்பட்டாலும் நான் சொல்லவந்ததை உட்கார்ந்து கேட்டிருப்பான் என்றும் தோன்றியது.

கார் நகர்ந்தது. நாளையாவது மரச்சட்டங்களைச் சரியாக எண்ணி முடிக்க வேண்டும். கடைசி முறையாக.

தாம்பத்யம்

சுருங்கிப்போன பல தினுசிலான சிறிய பைகளை ஏறுமாறாகக் குவித்து வைத்ததைப் போல் கிழவி — அவள் பெயர் கௌரி — படுக்கையில் கிடந்தாள். அவள் படுக்கைக்கருகே கிழவன் — அவன் பெயர் ராஜசேகர் — அமர்ந்தபடி குடித்துக்கொண்டிருந்தான். கிழவன் அவளுக்கு இரவு உணவைத் தந்துவிட்டான். இனி விடிகாலை வரை அவன் குடிக்கலாம். அதன் பின் சில மணி நேர உறக்கம். காலை எட்டு மணிக்கு எழுந்து கிழவிக்குத் தேநீர் தந்தாக வேண்டும்.

கிழவன் உள்ளுக்குள் சிரித்துக்கொண்டான். என்ன பாடு படுத்தியிருக்கிறாள்? அவர்களுக்குத் திருமணமான புதிதில் ராஜசேகர் ஒரு இரவு நண்பர்களோடு குடித்தபடி ஆற அமரப் பேசிக் கொண்டிருந்துவிட்டு வீட்டுக்கு வந்தான். இத்தனைக்கும் அவ்வப்போது சோஷியலாகக் குடிப்பதுண்டு என்று திருமணத்துக்கு முன்பே அவளிடம் சொல்லிவைத்திருந்தவன். ஆனாலும்

அவன் குடித்துவிட்டு வந்த அன்று முகத்தைப் பானையாகத் தூக்கிவைத்துக்கொண்டாள் கௌரி. அதன் பின்னர் பல நாட்களுக்கு அவர்களிடையே பேச்சுவார்த்தை சுமுகமாக இல்லை.

ராஜசேகர் குடித்துவிட்டு வீட்டுக்கு வருவதை அந்த ஒரு இரவோடு நிறுத்திக்கொண்டான். பிறகு எப்போது குடித்தாலும் குடித்த அன்று ஓட்டலில் அறை போட்டுத் தங்கிக்கொள்வான். கௌரியிடம் அலுவலகத்தில் இரவு தங்கிக்கொள்வதாகக் கூறிவிடுவான். உத்தியோகத்தில் மிகப் பெரிய பொறுப்பில் அவன் இருந்ததால் அலுவலகத்தில் வேலையை முன்னிட்டுச் சில சமயம் இரவில் தங்குவது அவன் வழக்கம் என்பதால் கௌரிக்கு அது பெரிதாக உறுத்தவில்லை.

ஆனால், ராஜசேகரோ தான் அவ்வப்போது குடிப்பது கௌரிக்கு எப்படித் தெரியாமலிருக்க முடியும் என்று நினைத்தான். அலுவலகத்தில் தங்குவதாக அவன் கூறியதை அவள் என்றுமே நம்பவில்லை என்றும் அவன் மனம் சொன்னது. ஒரு வார்த்தைகூட அது குறித்து அவள் கேட்காதிருந்தது முதலில் அவனுக்கு நிம்மதியைத் தந்தது, பிறகு அதுவே அவளது அன்பின் மீதான சந்தேகமானது. பிறகு அது வருத்தத்தைத் தரத் தொடங்கியது. வருத்தம் பகையுணர்வாக மாறியது. வீடு என்பதைத் தன்னுடைய இடமாக அவள் கருதுகிறாள், எனவே அங்கே அவன் குடித்துவிட்டு வரக் கூடாது என்று அவனை வெளியே நிறுத்தி வைக்கிறாள், அதனால்தான் ஒரு தடவை குடித்துவிட்டு வந்ததற்கு அவள் அத்தனை ஆத்திரப்பட்டாள் என்று எண்ணினான். மற்றபடி தான் சீரழிவது குறித்தெல்லாம் அவளுக்குக் கடுகளவு அக்கறையுமில்லை. இதைப் பற்றி அவளிடம் அவன் பேசியதில்லை. என்றாலும், அவள் நடந்துகொண்ட விதம் ராஜசேகர் மனதில் விஷ முள்ளாய் இருந்தது. முட்செடியாய் வளர்ந்தது.

என்றாலும் அவர்களின் அன்றாட வாழ்க்கை எப்போதும்போல் தெளிந்த நீரோடையாகச் சென்றது. அவர்களுக்குக் குழந்தையில்லை. எனவே ஒரு சிறிய கவனச் சிதறலுமின்றி ராஜசேகரை கௌரி போஷித்தாள். இப்போது அவன் முறை. வேறு வழியில்லை. எழுபத்தெட்டு வயதில் நோய்வாய்ப்பட்டுக் கிடக்கும் அவளைக் கவனித்துக்கொள்ள வேண்டியிருக்கிறது.

ஒரு விஷயத்தை இப்போதாவது கௌரிக்குத் தெரியப்படுத்த வேண்டுமென ராஜசேகர் தீர்மானமாக இருந்தான். அந்த வீடு

அவன் வீடும்தான், அங்கே அவன் உரிமையாகக் குடிப்பான், என்னவும் செய்வான். அவனுக்கான உரிமையை அவள் சாவதற்குள் உணர்ந்துகொள்வாள், உணர்ந்துகொண்டே ஆக வேண்டும். அது நடக்குமென அவன் மனம் நம்பியபோது மட்டுமே அவன் குடித்துக் குடித்து ஏற்றிக்கொண்ட போதை இறங்காமலிருந்தது. மேலும், வீட்டில் அவன் குடிப்பது பற்றி அவளுக்கு எந்த விமர்சனம் இருந்தாலும் அவளது இப்போதைய உடல்நிலை இரண்டு வார்த்தைகளுக்கு மேல் சொல்ல அவளை அனுமதிக்காது. ஓரடி எடுத்துவைக்க முடியாத அவளால் வேறெந்த வகையிலும் அவனைக் கட்டுப்படுத்தவும் முடியாது என்ற குரூர மகிழ்ச்சி அவனை வந்தடைந்திருந்தது.

கிழவன் தன் கையிலிருந்த வோட்காவோடு எலுமிச்சைச் சாறு கலந்திருந்த கிளாஸைச் சற்று உயர்த்தி அதன் வழியாக அவளைப் பார்த்தான். அழுக்குப் படிந்த, மங்கிய கண்ணாடித் தொட்டியில் செத்து மிதக்கும் இரண்டு மீன்கள். கிழவியும் அவனைப் பார்த்துக்கொண்டுதான் இருந்தாள். செத்துப்போன மீன்கள் கண்ணாடித் தொட்டியிலிருந்து நம்மைப் பார்க்கும்போது என்ன எண்ணிவிடப்போகின்றன என்று ஏளனமாக அவன் நினைத்தான். பிறகு தன் மன ஓட்டம் அவளுக்குத் தெரிந்துவிடுமோ என்று ஏளனத்தைச் சட்டென மாற்றிக்கொண்டு தான் இயல்பாக இருப்பதைத் தெரிவிக்கும் வகையில் அவளைப் பார்த்து விளையாட்டாகக் கண்ணடித்தான். அவள் உடனே முகத்தைத் திருப்பிக்கொண்டாள்.

கிழவிக்குத் தங்கள் வீட்டில் ஏன் அவன் குடிக்க ஆரம்பித்தான் என்று முதலில் புரியவில்லை. அதுவும் அவள் படுத்திருக்கும் அறையில். வேண்டுமானால் ஹாலில் உட்கார்ந்துகொண்டு குடிக்கலாம். அவர்களது விஸ்தாரமான வீட்டில் இன்னொரு அறைகூட இருக்கிறது. அந்த இன்னொரு அறையில் அவள் உருவாக்கிய அழகான தோட்டத்தை நோக்கிய சிட்-அவுட்கூட இருந்தது. தன் முன்னால் அமர்ந்துகொண்டு அவன் குடிப்பது ஒருவேளை தன்னை வெறுப்பேற்றுவதற்காகவோ என்று சந்தேகம் வந்தது.

அவன் அலுவலகத்தில் தங்கிக்கொள்வதாகச் சொன்ன நாட்கள் பெரும்பாலும் அவன் தன் சகாக்களோடு குடித்துக் கொண்டாட்டமாக இருந்த நாட்களே என்று அவளுக்குத் தெரியும்.

ஆனால் எத்தனை பெருந்தன்மையுடன் அதைக் குறித்து அவள் கேட்காமலிருந்தாள்! அப்படிப்பட்டவளை, அதுவும் அவள் நோய்வாய்ப்பட்டிருக்கும்போது அவன் சங்கடப்படுத்தலாமா?

ஆனால், கிழவிக்கு அவன் வீட்டில் குடிப்பதைப் பற்றிய தன் சந்தேகம் சரிதானா என்ற யோசனையும் இருந்தது. அவள் கடுமையாக நோய்வாய்ப்பட்டிருப்பதால், அதைத் தாங்கிக்கொள்ள முடியாமல்தான் அவன் குடிக்கிறானோ, அவள் கண்ணைவிட்டு ஒரு நொடிகூட அகலாமல் இருப்பதற்காகவே, ஒரு மாலைப் பொழுதுகூட வெளியே சென்று குடிக்காமல், அவளோடு அவள் பார்க்க, அவள் படுத்திருக்கும் அறையிலேயே குடிக்கிறானோ என்று தோன்றியது. தன்னை ஒரு கணமும் அவன் பிரியாமலிருந்தது அத்தனை நோவிலும் அவளுக்குச் சற்று ஆறுதலைத் தராமலில்லை.

வயது போன காலத்தில் அவளிடத்தில் அவன் அன்புகாட்டுகிறான் என்பதே அவளுக்கு உற்சாகம் தரப் போதுமானதாக இருந்தது. சொல்லப்போனால், அதற்குச் சற்று முன் அவள் சீக்கிரத்திலேயே தான் இறக்கப்போவதைப் பற்றி யோசித்துக்கொண்டிருந்தாள். தான் போன பின் அவன் வாழப்போகும் மிச்ச நாட்களிலும் அவள் பிரிவைத் தாங்காமல் அவன் குடிப்பான், அப்போது அந்த அறையில் தளர்ந்துபோய், எங்கோ வெறித்தபடி குடிக்கப்போகும் அவனோடு ஒரு ஜீவன் இருக்கப்போவதில்லை என்பதை எண்ணி மறுகிக்கொண்டிருந்தாள்.

ராஜசேகர் அவளைப் பார்த்துக் கண்ணடித்த கணத்தில் சட்டென ஐம்பது வருடங்கள் அவள் வயதில் குறைந்துவிட்டிருந்தன. தன் கன்னங்களில் வெட்கத்தின் சாயை தெரிந்துவிடக் கூடாது என்பதற்காகவே அந்தக் கணத்தில் இருபத்தாறு வயதுக்குச் சென்றிருந்த கௌரி தன் முகத்தைத் திருப்பிக்கொண்டாள்.

விசித்திரக் கணவனின் வினோதப் பரிசுகள்

அடுத்த வாரம் தன்னுடைய பிறந்த நாள் என்பதை நினைத்தும், கூடவே தன் கணவனை நினைத்தும் சுஜாவின் மனதுக்குள் பதற்றம் பரவியது. அவளுடைய திருமணம் காதல் திருமணம். காதலிக்கத் தொடங்கிச் சில மாதங்களுக்குள் அவர்கள் திருமணம் செய்துகொள்ளவும் முடிந்தது. எந்தச் சிக்கலுமில்லாமல் ராகேஷோடு வாழ்க்கை தொடங்கியது, தொடர்ந்தது. அவள் எதிர்பார்த்ததைவிட நிறைவான வாழ்க்கை. ஆனாலும் பிறந்த நாளை முன்னிட்டு அவள் அச்சப்படக் காரணமிருந்தது.

பெண்களின் பிறந்த நாட்களை அவர்களின் கணவன்மார்கள் மறந்துவிடுவதும் அதுபற்றி அவர்கள் குறை கூறுவதுமே உலக நடைமுறை வழக்கம். மாறாக, ராகேஷோ மனைவியின் பிறந்த நாளன்று வாழ்த்துபவனாகவும் மறக்காமல் பரிசு தருபவனாகவும் இருந்தான். பத்து வருடங்களில் அவள் பிறந்த நாளை ஒரு முறைகூட அவன் தவறவிட்டதில்லை. அவன் தரும் பரிசுகளும் வழக்கமாக ஒரு கணவனால் மனைவிக்கோ, ஒரு காதலனால் காதலிக்கோ, ஒரு சிநேகிதனால் சிநேகிதனுக்கோ, ஏன் யாரால் எவருக்குமோ தரப்படுபவை அல்ல.

தான் தரும் வினோதப் பரிசுகளை சுஜா மனமுவந்து வரவேற்க வேண்டும் என்று அவன் நினைத்தான். அவற்றை அவள் எப்படிப் போற்றிப் பாதுகாக்கிறாள் என்பதைக் கவனிப்பவனாகவும் இருந்தான். "நான் கொடுப்பவற்றை நீ எப்படி வைத்துக்கொள்கிறாய் என்பதே நீ என்னை நேசிப்பதற்கான அளவுகோல்" என்று அவளுக்கு முதன்முதலில் பரிசு தந்தபோதே குறிப்பாகத் தெரியப்படுத்தியிருந்தான். இப்போது பிரச்சினை அதில்தான்.

திருமணத்துக்குப் பின் வந்த தன்னுடைய முதல் பிறந்த நாள் சுஜாவுக்கு இன்னும் நினைவிருந்தது. பூச்சி நிபுணர்களிடம் சொல்லிவைத்து ஒரு அபூர்வ ராட்சசச் சிலந்தியை ராகேஷ் அவளுக்கு அளித்தான். சுவாசிப்பதற்கான காற்றுக்காகச் சிறிய துளைகள் இடப்பட்ட கண்ணாடிப் பெட்டிக்குள் முக்காலடிக்கு இருந்தது அந்தச் சிலந்தி. தங்க நிறத்தில் ரத்தினம் பதித்ததுபோன்ற உடல். சிலந்திக்கு மூன்று வேளையும் பூச்சிகளைத் தின்னத் தருவதற்காக அந்தச் சிலந்தியை ஏற்கெனவே பராமரித்துக்கொண்டிருந்த ஒரு பணியாளனையும் ராகேஷ் அழைத்து வந்து தங்கள் வீட்டில் வேலைக்கு அமர்த்தினான்.

சிலந்தி ஒரு பூச்சியினம் என்பதைத் தாண்டி, அவன் அவளுக்காகத் தந்த அன்புப் பரிசு என்று பெருமிதமான அடையாளம் பெற்றுவிட்ட காரணத்தால் அதை மிகக் கவனத்தோடு அவள் கவனித்துக்கொள்ள வேண்டிவந்தது. அத்தோடு அதன் பணியாளன் ஒழுங்காக அதைப் பராமரிக்கிறானா என்று கண்காணிக்கும் பொறுப்பும் அவளுக்கு வந்து சேர்ந்தது. வீட்டில் அந்தப் பணியாளனும் தங்கியிருந்ததால் அவனுக்கான மூன்று வேளை உணவுக்கும் இதர நடைமுறைத் தேவைகளுக்கும் அவள்தான் ஏற்பாடு செய்ய வேண்டியிருந்தது.

அவற்றையெல்லாம்விடக் கூடுதலாகச் சிரமம் ஒன்றை அவள் எதிர்கொண்டாள். "நம் சிலந்தி நலமா?" என்று ராகேஷ் கேட்கும்போது பணியாளன் அந்தக் கண்ணாடிப் பெட்டியைத் தூக்கிக்கொண்டு வருவது வாடிக்கையான ஒன்று. ஒருவேளை அவன் அப்படிக் கொண்டுவரப் பணிக்கப்பட்டிருக்கலாம். எச்சரிக்கையோடு மெதுவாகப் பெட்டியைப் பணியாளன் திறக்கும்போது, பாதுகாப்பு உறை அணிந்த தனது வலது கையை சுஜா பெட்டியருகே மெதுவாக நீட்டுவதும் வழக்கமாகியிருந்தது. அப்போது சிலந்தி மெதுவாக அவள் முன்னங்கையில் ஊர்வது

அதற்கும் பழகிவிட்டிருந்தது. அப்போது அவளது புன்னகைக்கும் முகத்தைப் பார்த்தபடி ராகேஷ் "தன் எஜமானியை எப்படி அது நேசிக்கிறது பார், என்னைப் போலவே" என்று பூரிப்படைந்து சொல்வது தவறாது.

சிலந்தியோடு 'நல விசாரிப்பு' நடந்த பின் பணியாளன் அதை எடுத்துச் செல்வான். அப்போது ராகேஷ் தவறாமல் அவளைத் தூக்கி ஒரு சுற்று சுற்றுவான். அன்றிரவு கலவியில் இன்பம் அடுத்த படிக்கு ஏறியிருக்கும்.

ராகேஷ் அவளிடத்தில் வைத்திருக்கும் அன்பில் அவளுக்குத் துளியும் சந்தேகமில்லை. அவனுடைய விசாலமான இதயத்தின் எல்லா அறைகளிலும் மாத்திரமல்ல, அறைகளின் மூலைகளிலும் தான் இருந்தது அவளுக்குத் தெரியும். 'இந்தப் பிறந்த நாள் விவகாரம் மட்டும் இல்லாவிட்டால்!' அவள் பெருமூச்செறிந்தாள். அவளுக்குப் பிறந்த நாள் என்ற ஒன்றே இல்லாமலிருந்திருக்கலாம். ஆனால் பிறந்த நாள் இல்லாவிட்டால் அவள் எப்படிப் பிறந்திருப்பாள்? இத்தனை பிரியமான கணவன் எப்படி வாய்த்திருப்பான்?

அவர்கள் வீட்டுக்கு வந்த சில மாதங்களில் சிலந்தி இறந்துபோனது. பணியாளனும் வேலையை விட்டுப் போய்விட்டான். அடுத்த வருடப் பிறந்த நாள் வந்தது. ராகேஷ் ஒரு ராட்சத ராட்டினத்தை அவளுக்கு அன்புப் பரிசாகத் தந்தான். தீவுத் திடல் பொருட்காட்சி அல்லது உல்லாசத் தீம் பார்க்குகளில் காணப்படும் சுழல் ராட்டினம். அதை நிறுத்தி வைக்க வீட்டுக்கு அருகிலேயே ஒரு காலி மனையை வாங்கியிருந்தான். சுழல் ராட்டினத்தை இயக்குவதற்காக ஒருவரை நியமித்திருந்தான். பிறந்த நாளன்று சுஜா சில முறை தனியாகவும் சில முறை ராகேஷுடனும் ராட்டினத்தில் சுற்றினாள்.

அவனோடு முதல் சுற்றில் ராட்டினத்தில் மேலே சென்று கீழே இறங்கும்போது அவள் வயிற்றுக்குள் ஒரு உலகமே புரண்டது. அப்போது அவன் அவளுக்குப் பிறந்த நாள் வாழ்த்து சொன்னான். உதட்டோடு உதடு பதித்தான்.

அதற்கடுத்த வருடம் அவனுடைய பரிசாக ஒரு வட்ட வடிவமான பேழை வந்து சேர்ந்தது. அதை அவள் திறந்ததுதான் தாமதம், அதற்குள்ளிருந்து இருள் புலிக்குட்டியைப் போலப் பாய்ந்து சூழ்ந்தது. அவளுக்குப் பரிச்சயமில்லாத இருள் அது.

மழைக்காலத்தில் அவசரமாகப் படரும் இருள், அமாவாசை நள்ளிரவின் கும்மிருட்டு, காட்டுக்குள் கவிந்திருக்கும் புதிர் இருள் இவற்றைப் போன்ற எதுவும் அல்ல அது. சுருள் சுருளாக இருள் அவளைச் சுற்றியது, அவர்களைச் சுற்றியது, வீட்டைச் சுற்றியது. ஊரையும் சுற்றியிருக்கலாம் என்று நினைத்த கணத்தில் அவள் மயங்கி விழுந்தாள். அவள் எழுந்திருந்தபோது அடுத்த பிறந்த நாள் நெருங்கிவிட்டிருந்தது.

அந்தப் பிறந்தநாளுக்கு அவன் பாடுகிற தேநீர்க் கெட்டில் ஒன்றை அவளுக்காக வாங்கிக்கொண்டு வந்தான். அதை எங்கே எந்தக் கடையில் வாங்கினான் என்பது தெரியவில்லை. பிறகொரு சமயத்தில் வீட்டுக்கு வந்த அவள் தோழிகள் அவளிடம் அதைப் பற்றிச் சிலாகித்து விசாரித்ததால், அவள் அவனிடம் தயக்கத்தோடு விசாரித்தாள். அவன் அதைப் பற்றி எதுவும் சொல்லாமல் நழுவிவிட்டான்.

அந்தத் தேநீர்க் கெட்டில் நாளடைவில் தொந்தரவைத் தரத் தொடங்கியது. அவளுக்குத் தேநீர் போடத் தோன்றினால் போதும், அதை எப்படியோ தெரிந்துகொண்டு “வா, வா, தேநீர் போட வா” என்று பாட ஆரம்பித்துவிடும். அதன் மூடியைத் திறந்து தண்ணீர் ஊற்றி ஸ்டவ்வில் வைக்கும்வரை அந்த ஒரு வரியை விடாது பாடும். சுறுசுறுப்பான கெட்டில் என்பதால் நொடிகளில் கொதித்துவிடும். கொதிக்கும்போது அதன் வழக்கமான பாட்டான “பார், பார், கொதிக்கிறேன்” என்று பாடிக்கொண்டிருக்கும். விதவிதமான மெட்டுகளில் ஓரே வரியைப் பாடுவதில் அது கில்லாடி. வடிகட்டிய தேநீரைக் கோப்பைகளில் ஊற்றி எடுத்துச் செல்லும்வரை, “கொடு, கொடு, நல்ல தேநீர்,” என்று ஒரு வரியை ராகம்போட்டுப் பாடும். கோப்பைகளைத் திரும்ப வைக்க வந்தால் “தேய், தேய், என்னைத் தேய்” என்று அதைத் தேய்த்துக் கவிழ்க்கும்வரை பாடாமல் விடாது. பரிசுகளில் குறை சொல்லக் கூடாது என்ற நாகரிகத்தோடு, கொடுத்தவன் கணவன் என்ற ஜாக்கிரதை உணர்வால் கெட்டிலைப் பற்றி அவனிடம் அவள் புகார் சொல்லத் தயங்கினாள்.

ஒருநாள் சுஜாவுக்குத் தலை வலித்தபோது தேநீர் குடிக்க வேண்டும் என்ற உணர்வு வலுவாகத் தோன்றியது. அவளது வலுவான எண்ணத்துக்கு இணையாக, அவளைத் தேநீர் போட உடனே வரச் சொல்லி அந்தக் கெட்டில் உரக்கப் பாடத்

தொடங்கியது. அதன் பாடல் கூச்சலாக மாறியது. வீட்டில் இருந்தவர்கள் மட்டுமல்லாமல், அக்கம்பக்கத்தார் அவர்கள் வீட்டு வாசலில் வந்து கூடி நின்று கத்திப் புகார் கூறும் அளவுக்கு இருந்தது. அந்த நேரத்தில் அவள் தன் கணவனிடம் மென்மையாகத் தேநீர்க் கெட்டிலைப் பற்றிக் கூறினாள், "நீங்கள் எனக்குத் தந்தது அபூர்வமான தேநீர்க் கெட்டில், ஆனால் நமது சுற்றத்தார் மோசமானவர்கள். அதில் குற்றம் கண்டுபிடிக்கிறார்கள்." அவளது தன்மையான பேச்சைக் கேட்டு அவள் கணவன், "ஆமாம், உனக்கு நினைவூட்ட வசதியாகத்தான் பாடும் இதை வாங்கித் தந்தேன். ஆனால் பொறாமைக்கார முட்டாள்களுக்குப் பிரியத்தின் அருமையும் தெரியவில்லை. பொருள்களின் உணர்வும் தெரியவில்லை," என்று வருத்தப்பட்டான். அந்தச் சம்பவத்துக்குப் பிறகு, தேநீர்க் கெட்டில் வீட்டிலிருந்து அகன்றது. அதன் பின் அவளுக்குத் தலைவலியும் வரவில்லை.

தனது பிறந்தநாளுக்காக ஒருவர் அச்சப்பட்டாலும் அந்த நாளை வருடத்திலிருந்து, அவர் வாழ்க்கையிலிருந்து நீக்கிவிட முடியுமா என்ன? இந்த வருடமும் சுஜா பயந்தது நடக்கத்தான் செய்தது. அவள் கணவன் கம்பீரமாகத் தோற்றமளித்த ஒரு சவப்பெட்டியை வாங்கிக்கொண்டு வந்தான். அதை எட்டு ஆட்கள் தூக்கிக்கொண்டு வர வேண்டியிருந்தது. அத்தனைக் கனமான பெட்டி. அலங்கார வண்ண ரிப்பன்களாலும் விதவிதமான பலூன்களாலும் பூமாலைகளாலும் அலங்கரிக்கப்பட்டிருந்த பெட்டி முன்னறையில் வைக்கப்பட்டது. சுமந்து வந்தவர்களுக்கு இரு மடங்குக் கூலியை ராகேஷ் அளித்தான். அதைப் பெற்றுக்கொண்டு அவர்களும் முகத்தில் சிரிப்போடு விடைபெற்றுக்கொண்டார்கள்.

அவள் இதயம் படபடக்கத் தொடங்கியது. "ரிப்பன்களை வெட்டு" என்றான். தான் அதில் கிடத்த வைக்கப்படும் வகையில் ஏதாவது நடக்கலாம் என்று பயப்பட்டாள். ஆனால் அவன் பேச்சை மறுக்க அவள் விரும்பவில்லை. தனக்கு என்ன ஆனாலும் சரி, மண உறவைக் காப்பாற்றியே ஆக வேண்டும் என்று நினைக்கும் பலரைப் போல அவளும் ஒருத்தி. அவன் கேட்டுக்கொண்டபடியே ரிப்பன்களை வெட்டினாள்.

"திறந்து பார்" என்றான். சவப்பெட்டியின் தாழ்ப்பாளை விலக்கி அதன் பிடியைப் பற்றி, மரத்தினாலான மூடியை மேலே தூக்கினாள். மூடியின் ஒரு பக்கத்தைத் தூக்க அவனும் கைகொடுத்தான்.

உள்ளே எதுவுமில்லை. சுகந்தமான வாசனையை மட்டும் உணர்ந்தாள். சரி, தயாராகிவிட வேண்டியதுதான் என்று கணவனைப் பார்த்தாள். கத்தியோ, புல்லட்டோ எதுவாக இருந்தாலும் சரிதான். நிற்கும் இடத்திலேயே நிற்கலாமா, சவப்பெட்டிக்குள் ஒரு காலை முன்னேற்பாடாக வைத்துவிடலாமா?

அவளையே பார்த்தபடி ராகேஷ் தன் சட்டைப் பையிலிருந்து ஒரு சிறிய புட்டியை எடுத்து நீட்டினான். "இதில் வலிமையான தூக்க மாத்திரைகள் இருக்கின்றன. இருபது மாத்திரைகள் உள்ளே போனால் போதும். உன்னிடம் தருகிறேன்," என்று சொல்லிவிட்டு மேலும் தொடர்ந்தான்.

"உன்னை நேசிப்பதால் உன் பிறந்த நாளைவிடச் சிறப்பான நாள் வேறெதுவும் இல்லாததால், முடிந்தவரை தேடி வாங்கி, அசாதாரணப் பொருட்களைப் பரிசாகத் தருகிறேன். உனக்குப் பிடிக்கிறதா என்பதைவிட உன் மனதில் என்னைப் பதிக்க சின்ன முயற்சி அது. நான் உன்னிடம் உயிரையே வைத்திருக்கிறேன் என்று சொல்வதில் பொருளில்லை என்பதாலும்தான். மேலும் சர்வசாதாரணமாக எல்லாரும் சொல்லக்கூடிய சாரமற்ற வார்த்தைகள் அவை."

அவள் கூர்ந்து கேட்டுக்கொண்டிருந்தாள்.

தொடர்ந்தான். "நான் பேசுவது உனக்குப் பைத்தியக்காரத்தனமாகத் தெரியலாம். எப்போதுமே உனக்குப் பரிசாகத் தேர்ந்தெடுத்தவை, அளித்தவை எனக்குத் திருப்தி தந்ததில்லை. உனக்கு முன்னாலும் சரி, நான் காட்ட நினைக்கும் பிரியத்துக்கு முன்னாலும் சரி, அவை குறைபட்டிருப்பவை. ஆனால் இந்த முறை எனக்கு முழுத் திருப்தி."

"இந்த மாத்திரைகள்?"

"இவற்றை உன்னிடம் தருவதன் மூலம் என் விதியை உன்னிடம் தருகிறேன். விரும்பி இதைச் செய்கிறேன். உனக்கு என்னோடிருப்பது என்றைக்காவது பிடிக்காமல் போனால் அன்று இவற்றை ஒரு பானத்தில் கலந்து எனக்குத் தந்துவிடலாம். ஒருவேளை அப்படியொரு முடிவெடுத்தால் உனக்குச் சட்டரீதியான சிக்கல் வராதபடி சில முன்னேற்பாடுகளையும் செய்துவிட்டேன். என் மனப்பூர்வமான பரிசு மாத்திரைகள். சவப்பெட்டி எனக்கானது." சிரித்தான்.

“பிறந்த நாளன்று ஏன் இப்படி...” அதற்கு மேல் அவளுக்கு வார்த்தை வரவில்லை.

“வேறெப்படித் தெரியப்படுத்துவது சொல். காதலிக்கத் தொடங்கிய பின் என் வாழ்க்கையை உன்னிடம் தந்திருக்கிறேன். எனக்கே புரிபடாத என் குணாம்சங்களோடும்தான். ஆனால் அதெல்லாம் ஒரு விஷயமில்லை. என் சாவை உன் கையில் தருவதுதானே உன் அன்பை, உன் மேல் வைத்திருக்கும் என் அன்பை நான் கௌரவப்படுத்துவதாகும்? உனக்கு இதை விடச் சிறந்த வேறு எதை நான் தந்துவிட முடியும்?” பெட்டியை மூடிவிட்டு அவளருகே வந்தான்

“ஆனால் வாழ்வை விடச் சாவு எப்படி முக்கியமாகும்? அது முற்றுப் புள்ளி...”

“அது முடித்துவைக்கிறது என்பதால்தான்...”

அவளுக்கு ஏதோ புரிந்ததைப் போல இருந்தது, புரியாததைப் போலவும் இருந்தது. அவனைத் தழுவிக்கொண்டாள்.

“இதுதான் நான் தரும் கடைசிப் பரிசு” என்று கூறிவிட்டு அவளை முத்தமிட்டான்.

முத்தத்தின்போதும் அதன் பின் படுக்கையில் அணைத்தவாறு பின்னிப் பிணைந்திருந்தபோதும் தன்னால் கணிக்க முடியாத அவன் சுபாவத்தைப் பற்றி அவள் எண்ணிக்கொண்டிருந்தாள். தன் சாவை அவன் எந்த உடனடிக் காரணமுமின்றி, எந்தத் தர்க்கமுமின்றி அவளிடம் ஒப்புவித்தது வினோதமாக, மேன்மையானதாக இருந்தது. “ஒரு கணவன் தன் மனைவியை இந்த அளவுக்கு நேசிக்க முடியுமா?”, “என்னதான் காதலித்தாலும்!”, “இதெல்லாம் நிஜமா, உலகத்தில் நடக்கக்கூடியதுதானா!” என்றும் சந்தேகப்படத் தோன்றியது.

அத்தனை நெகிழ்ச்சியிலும் அவள் மனம் உள்ளூர ஒன்றை எண்ணித் திருப்திப்பட்டுக்கொண்டது, இனிமேல் தன் பிறந்த நாளைக் கண்டு அவள் பயப்பட வேண்டாம். அவன் இதைவிடச் சிறப்பான பரிசை இனி அவளுக்குத் தரமுடியாது.

எஞ்சியது

பக்கத்து வீட்டுக்காரர் தன் வீட்டு வாசலில் நின்றபடி வந்திருந்த யாரிடமோ சொல்லிக் கொண்டிருந்தார். “நாளை பொழுது விடியறப்ப ஆட்டக்கார கோஷ்டி வந்துரும், அழகு போன் பண்ணினான். அனுமார் ஆட்டம் ஆட அழகு வந்து நாலஞ்சி வருஷம் இருக்கும்ல?” அழகு, அந்தப் பெயரைக் கேட்டவுடனேயே அடுத்த நாள் ஆட்டத்தைப் பார்க்கத் தவறிவிடக் கூடாதென்று தீர்மானம் செய்துவிட்டேன். அடுத்த வாரம் பெரிய மாமா பையன் கல்யாணம். என் வயதுதான் அவனுக்கும். அதற்காகத்தான் ஊருக்கு வந்திருந்தேன். லண்டனிலிருந்து அக்காவும் வந்திருந்தாள். அவளுடைய பையனுக்கு எட்டு வயது. அவன் போட்ட குதியாட்டத்தில் அம்மாவும் அப்பாவும் இணைந்துகொண்டார்கள். எங்கள் வீடு வெறுமையின் நிறத்தைத் துறந்து தற்காலிகமாகக் களைகட்டியிருந்தது. இதில் பஜனை கோயில் திருவிழா கூடுதல் போனஸ்.

அடுத்த நாள் திருவிழாவின் தொடக்கம். விழா நிகழ்ச்சிகளில் ஒன்று அனுமார் ஆட்டம். மேட்டுத் தெருவில் இருக்கும் அனுமன் சாமி பஜனை கோயில் கட்டப்பட்டு ஐம்பதாண்டுகள் சென்றதை முன்னிட்டுக் கோயில்காரர்களால் ஏற்பாடு செய்யப்பட்டிருந்த விழா. மூன்று நாள் நடக்கும்.

பஜனை கோயிலின் வரலாறு தமிழகத்தில் பல ஊர்களிலும் வளர்ந்து நிற்கும் புதிய கோயில்களின் வரலாறுகளைப் போலத்தான். யாரும் கண்டுகொள்ளாத புராதனக் கோயில்களின் வீழ்ச்சியை மண்மூடி மறைத்துவிட்டு அதன் மேல் விஸ்வரூபமெடுக்கும் புதிய கோயில்கள். அவற்றால் புது கௌரவம் பெறும் சிற்றூர்கள், சிறு நகரங்கள். மாதந்தோறும் வரும் வார விடுமுறைகளிலும் திருவிழாக் காலத்திலும் மட்டுமே கொழிக்கும் சிறு வியாபாரங்கள்.

மேட்டுத் தெருக்காரர்கள் புரட்டாசி மாத பஜனைக்குப் பயன்படுத்திய பத்தடிக்குப் பத்தடி ஓட்டுக் கட்டடமாக இருந்த சாதாரணமான மடம் அது. பின்னர் விரிவாக்கம் பெற்று சின்னக் கோயிலாக மாறியது. ஏற்கெனவே இருந்த சிறிய அனுமார் படத்தோடு திருப்பதி பெருமாள், அலமேலு மங்கைத் தாயாரின் பெரிய படங்களை வைத்து மூன்றுகால பூஜை நடக்கத் தொடங்கியது. காலப்போக்கில் பஜனைக்காரர்களாக அறியப்பட்டவர்களின் வாரிசுகள் வியாபாரத்திலும் அரசியலிலும் செல்வாக்கு பெற்றதால், அவர்கள் காட்டிய ஈடுபாட்டால் கோயில் பிரசித்தி பெற்றது. ஊருக்கு அடையாளமாக வளர்ந்து நின்றது. வளர்ச்சியைக் கொண்டாடும் விதமாக பஜனைக்கும் இராமாயண பாராயணத்துக்கும் கரகாட்டத்துக்கும் அனுமார் ஆட்டத்துக்கும் இசைக் கச்சேரிகளுக்கும் அன்னதானத்துக்கும் வாண வேடிக்கைக்கும் ஊர்க்காரர்கள் ஏற்பாடு செய்திருந்தார்கள்.

அம்மாவிடம் அழகு அனுமார் ஆட்டம் ஆட வரப்போவதைச் சொல்வதற்காக உள்ளே அடுக்களைக்குப் போனேன். அம்மா தோசை வார்த்துக்கொண்டிருந்தாள். அக்கா கையில் தட்டோடு பக்கத்தில் நின்றுகொண்டிருந்தாள். லண்டனிலிருந்து தன் பையனோடு இரண்டு வார விடுமுறையில் வந்திருக்கிறாள். என்னைவிட எட்டு வயது பெரியவள். அம்மா செல்லம்.

“மூணு நாளைக்குக் கொண்டாட்டம்தான்மா. அனுமார் ஆட்டமும் உண்டாம்.”

"ஆமாம்டா. ராம பஜனை, பாராயணம்லாம் வேற நடக்குது. நோட்டீஸ் கொடுத்தாங்க."

"அழகுதான் ஆட வரப்போறானாம்மா."

"ம், இன்னும் ஒண்ணு போடட்டேண்டி" அக்கா தட்டில் இன்னொரு தோசையைப் போட்டாள் அம்மா.

அம்மாவுக்குக் கோயில், ஆட்டங்கள் இதிலெல்லாம் ஈடுபாடில்லை. ஆனால் எனக்குச் சற்றுப் பரபரப்பாக இருந்தது. அழகு வருவதைப் பற்றிப் பக்கத்து வீட்டுக்காரர் கூறிக்கொண்டிருந்தபோதே அவனைப் பற்றி அறிந்தவற்றை மனம் ஒரு சொடுக்குப் போட்டு இழுத்துக்கொண்டது.

அழகு எங்கள் ஊர்க்காரன்தான். சுற்று வட்டாரத்திலேயே அனுமார் ஆட்டத்துக்குப் பிரசித்தி பெற்ற ரங்கையாவிடம்தான் முதலில் 'அண்டர்ஸ்டடி'யாக இருந்தான். முதலில் என்றால் சட்டை போடாமல் ட்ராயரோடு வெளியில் சுற்றிய எட்டு, பத்து வயதிலிருந்து பயிற்சி.

அழகு எங்கள் குடும்பத்துக்கும் தெரிந்தவன்தான். என் சின்ன மாமாவின் பள்ளித் தோழன். அடுத்த தெரு கோணலாய் வளைந்து திரும்பும் இடத்தில் உள்ள பாரிஜாதம் பூத்திருக்கும் முக்கு வீட்டில் இருந்தான். தற்போது வெள்ளையடிக்கப்படாமல், காரை பெயர்ந்து முதிய தோற்றத்தைப் பெற்றுவிட்ட வீடு. கைவிடப்பட்ட வீட்டின் தோற்றத்துக்கு நிகராக, உடல் ஆரோக்கியம் கைவிட்ட அவனது தாயார் மட்டும் அங்கே தன்னந்தனியாக வசித்துவந்தார். ஒற்றைப் பிள்ளைகளைப் பெற்ற அநேகருக்கு முதிய வயது எழுதும் விதி. அருகில் உறவென்று மகன் இல்லாத நிலையோடு வறுமையும் இரட்டை நாயனமாகச் சேர்ந்துகொண்டு சோக ராகம் இசைத்தது.

ரங்கையாவுடன் அழகு பழக்கமானது பல ஆண்டுகளுக்கு முன் அவன் தன் கோஷ்டியோடு அனுமார் ஆட்டமாட எங்கள் ஊருக்கு வந்தபோதுதான். ஊர்ப் பெரிய மனிதராக இருந்த ஒரு செட்டியார் தனிப்பட்ட முறையில் முதன்முறையாக அனுமார் ஆட்டத்தை ஏற்பாடு செய்திருந்தார். செட்டியார் வைணவர். அவர் கடைத்தெருவில் துணிக்கடை நடத்திவந்தவராதலால் பணப்பசை உண்டு. நேர்த்திக்கடனுக்காக அவரால் ராமாயணப் பாராயணத்தோடு அனுமார் ஆட்டமும் கூடவே நடத்தப்பட்டது.

அன்று ரங்கையா கை சலங்கை கால் சலங்கை கட்டி ஆடிய ஆட்டத்தில் மொத்த ஊரும் லயித்து அவன் ஆட்டத்தில் மயங்கி நின்றதாம்.

"வருஷக் கணக்காச்சி, ஆனா ரங்கையா ஆட்டம் கண்ணிலேயே நிக்குது. மரத்திலிருந்து தாவுறது, ஒரு நிமிட்ல கம்பத்துல ஏர்ரது, வால்ல தீயக் கொளுத்தி வச்சிட்டுத் தாவறது. பந்தலென்ன பந்தல், ஊரே பத்தி எரிஞ்சிரும்னு இல்லையா பயந்தோம், செட்டியார் பெரிய புண்ணியவான். பயந்தபடி ஒன்னியும் நடக்கல." பாட்டியின் புரையோடிய கண்கள் நினைவுகூரும் சுகத்தில் மிளிர்ந்து அகன்றது இன்னும் ஞாபகமிருக்கிறது. பாட்டியிடமிருந்துதான் ரங்கையாவைப் பற்றி, அவருடைய அனுமார் ஆட்ட மகிமையைப் பற்றி நாங்கள் தெரிந்துகொண்டது. ரங்கையாவைத் தொடர்ந்துகொண்டு போய் அவரிடம் ஆட்டம் கற்ற அழகு, எங்கள் ஊரிலிருந்து அவர் ஊருக்கு வசிக்காவிட்டாலும் ஊரார் பேச்சில் சமயத்தில் வலம் வந்துகொண்டிருந்தான்.

அவனது ஆட்டத்தைப் பற்றிப் பேசும்போதெல்லாம் ஊர்க்காரர்களால் சிலாகிக்காமல் இருக்க முடியாது. நான் பள்ளியில் படித்துக்கொண்டிருந்தபோது ஒருமுறை ஒரு கோடைக்காலத்தில் எங்கள் ஊரே எங்கிருந்தோ படையெடுத்து வந்த குரங்குகளால் ஆக்கிரமிக்கப்பட்டிருந்தது. தோட்டங்களிலும் தோப்புகளிலும் அவை செய்யாத அட்டூழியமில்லை. பல குரங்குகள் எங்கள் தெருவையே அதகளப்படுத்தின. வீடுகளில் ஒரு மரம் விடாமல் ஏறி உலுக்குவது, குழந்தைகள் பின்னால் மெதுவாக நடந்து போய் 'க்ர்ர்' என்று இளிப்பது, ஆள் இருந்தாலும் இல்லாவிட்டாலும் வீட்டு அடுக்களைக்குள் புகுவது, சட்டி பானைகளைத் தூக்கிக்கொண்டு ஓடிவிடுவது என்று அவற்றின் அட்டகாசம் கொஞ்சநஞ்சமில்லை.

அப்போது ஒருநாள் எங்கள் வீட்டு அடுக்களைக்குள்ளும் ஒரு குரங்கு நுழைய அதைத் துரத்தினோம். கண்ணிமைக்கும் நேரத்துக்குள் வெளியேறிய குரங்கு கொல்லைப்புறத்தைத் துவம்சம் செய்துகொண்டிருந்தது. நான்கைந்து ஆட்கள் சேர்ந்து அச்சுறுத்தியும் அது அசரவில்லை. மொட்டைமாடிக்கும் மாமரத்துக்கும் மோட்டார் ரூமின் சிறிய கூரைக்கும் இடையில் தாவித் தாவிப் போக்குக் காட்டிக்கொண்டிருந்தது. விரட்ட முயன்றவர்கள் படாத பாடு பட்டார்கள். "என்ன குதி, என்ன தாவல், அழகுப் பையன்

மாதிரி. கெட்டது போ!" என அதிசயித்தாள் என் பாட்டி. "ஆமா, இந்தக் குரங்கைப் பார்த்தா அழகப் பாக்க வேண்டாம்" என்று சேர்ந்துகொண்டார்கள் சில வயசாளிகள். அழகு சரேலெனக் காற்று வேகத்தில் குறுக்கும் நெடுக்குமாகத் தாவியதையும் மர உயரத்துக்கு எம்பியதையும் மின்கம்பத்திலிருந்து பஸ்மீது தாவிக் குதித்ததையும் நேற்று நடந்தாற்போல் சொல்லிக்கொண்டிருந்தார்கள்.

அழகு அனுமார் வேஷத்தில் குரங்கைப் போலவே அச்சு அசலாக ஆடுவான் என்பதிலிருந்து அழகு மாதிரியே அசலாக ஆடுகிறது குரங்கு என்று ஊர்க்காரர்களின் பார்வை மாற்றம் பெற்றதிலிருந்து அவனது ஆட்டம் எப்பேர்ப்பட்டது என்று புரிந்துகொள்ளலாம். அவனுடைய ஆட்டக்கலைக்கு யாரும் நிகரில்லை. ஏன் ரங்கையா கூடத்தான். ஆனால் அவனுடைய குரு ரங்கையாதான். கலையால் ஈர்க்கப்பட்டுத்தான் ஏழெட்டு வயது சின்னப் பையனாக இருந்த அழகு ரங்கையா பின்னாலேயே சென்றான்.

அனுமார் வேஷம் போட்ட ஆட்டக்காரர் ஒருவரால் கவரப்பட்டு சின்ன வயதில் அழகு அவர் பின்னால் சென்றதை சா.கந்தசாமி ஏற்கெனவே புனைகதையாக்கியிருக்கிறார். அதாவது அந்தக் கதையைப் படித்தபோது எனக்கு அப்படித்தான் தோன்றியது. ஒருவேளை என் பிரமையாகக்கூட இருக்கலாம். எனக்குப் பிடித்த எழுத்தாளர் அவர். எங்கள் ஊர்ப் பக்கம்தான். மாயவரத்துக்காரர். அழகு, ரங்கையா என்ற பெயர்களை எல்லாம் கந்தசாமி எழுதியிருக்கிறாரா என்பது என் நினைவில் இல்லை. ஆனால், அவரது கதையில் பச்சையும் நீலமும் கலந்த ஒரு ஜோடி வண்ணக் கால்கள் காட்டிய துரித கதியால் வசீகரிக்கப்பட்டு, கூட்டத்துக்குள் நுழைந்து, தேடிக்கொண்டு செல்கிறான் ஒரு சின்னப் பையன். அவனுக்கு அனுமாரின் நீண்ட வாலைத் தொட்டுப் பார்க்க ஆசை வருகிறது. பொசுபொசுவென்று இருந்த வாலைக் கீழே நிலத்தில் புழுதியில் படாமல் தூக்கிக்கொண்டு போகும் வாய்ப்பு கிடைத்தால் விடுவானா என்ன அவன்? அனுமார் ஆடுவதற்குத் தோதாக அவர் வாலை அங்கங்கே கீழே இறக்கி வைப்பதும், அவர் கிளம்பும்போது எடுத்துத் தோளில் தூக்கிக்கொண்டு போவதுமாக அனுமார் மீது வைத்த கண்ணை எடுக்காமல் காவிரிக் கரை வரை போயிருக்கிறான். அனுமார் ஓய்வெடுக்க ஊர் எல்லையில் ஒரு சிறிய கோயிலில்

உட்கார்ந்தபோது, அவர் கழற்றிப்போட்ட சலங்கையை அவர் அனுமதியோடு காலில் கட்டிக்கொண்டு ஆடிக்காட்டியிருக்கிறான். அதுவே அவனது கன்னி ஆட்டம். அந்த ஆட்டம் அனுமாரையே பொறாமைப்பட வைக்கும் அளவுக்கு இருந்திருக்கிறது. அனுமாரின் கை இடுக்குக்குள் புகுந்து புறப்பட்டதை, தாவிக் கிட்டே சென்று முகத்தை ஒயிலாக வெட்டித் திருப்பியதை, இதை எதிர்பார்க்காத அனுமார் கீழே விழுந்ததை, இது எல்லாவற்றையும் நேரில் பார்த்தமாதிரி இல்லையா கந்தசாமி கதையில் எழுதி வைத்திருக்கிறார்! ரங்கையாவிடம் அழகு ஆடிக்காட்டிய அந்த நிகழ்ச்சிதான் அவர் எழுதியுள்ள கதையின் நாடி என்பதில் எனக்குத் துளி சந்தேகமில்லை.

ஆரம்பத்தில் அழகு ஆடுகின்ற லாவண்யத்தையும் அவனுடைய பாதங்களின் நளின அசைவுகளையும் பார்த்து ரங்கையா அசூயைப்பட்டிருக்கிறார். ஆனால், ஆட்டத்தில் அவன் தன்னைத் தூக்கிச் சாப்பிட்டுவிடுவான் என்று அவர் பெருமிதப்பட ரொம்ப நாட்கள் பிடிக்கவில்லை. ஒரு முறை எங்கள் ஊருக்கு ஆட்டம் ஆட வந்த ரங்கையா எங்கள் பாட்டியிடம் அழகு பக்கமாகக் கையைக் காட்டி “நம்ம பக்கத்து நடன சாம்ராட்” என்றாராம். அழகுவின் வாழ்க்கைக் கோலத்தின் ஒவ்வொரு இழையைப் பற்றியும் அவளுக்குப் பரிச்சயமுண்டு. பாட்டியும் அழகுவின் அம்மாவும் சிநேகிதிகள். பாட்டி திடமாக நடமாடிக்கொண்டிருந்தவரை, ஊர் சிவன் கோயிலுக்கு சோம வார விளக்கு போட இருவரும் ஒன்றாகப் போவார்கள். “கொரங்காட்டமாவே இருக்கட்டுமே. அழகு மாரி ஒரு சிஷ்யப் பிள்ளை யாருக்கும் கிடைக்குமா? ரங்கையா கொடுத்து வச்சவன். மக்யாநாள் வெட்டிக்கிட்டு வானு சொன்னா அன்னிகே கட்டிக்கிட்டு இல்லியா வருவான்.” எங்கள் ஊர்க்காரன் என்பதால் அழகு பற்றி பாட்டிக்கும் கொள்ளைப் பெருமை.

சின்ன வயதில் அனுமார் வேஷம் கட்டுவதில் ஆர்வம், இல்லை பைத்தியம் வந்த பின்னால் படிப்பை விட்டுவிட்டான் அழகு. பள்ளிக்கூடத்துக்கு டிமிக்கி கொடுத்துவிட்டு ரங்கையா ஆடப் போன இடங்களுக்கெல்லாம் அவனும் கூடவே போனான். அனுமார் வாலைத் தூக்கிக்கொண்டு. அனுமார் ஆடியபோது கீழே அறுந்துவிழும் மணி மாலைகளை ரங்கையாவின் மருமகப் பையனோடு அவனும் சேர்ந்து பொறுக்கினான். ஆட்டம்

முடிந்து ரங்கையா வீட்டுக்குச் செல்லும்போது பல சமயம் அவர் வீட்டுக்கும் போய்த் தங்கினான். ரங்கையாவின் அரிதாரப் பெட்டியைத் தூக்குவதிலிருந்து, குளிக்கையில் சுடுநீர் விளாவி ஊற்றுவதுவரை அழகு செய்யாத எடுபிடி வேலை இல்லை. அண்டர்ஸ்டடி பயிற்சி என்றால் சும்மாவா?

இப்படிப் படிக்காமல் திரிந்ததால் அழகு தன் வீட்டில் வாங்கிய வசவுக்கும் அடிக்கும் பஞ்சமில்லை. ஒரு கட்டத்தில் அடியும் உதையும் தாங்க முடியாமல் ஓடிப் போய் ரங்கையா வீட்டிலேயே தங்கத் தொடங்கினான். அதன் பின் அழகு முதலில் ஒரு எக்ஸ்ட்ரா ஃபிட்டிங்காகத்தான் ரங்கையாவுடன் நிகழ்ச்சிகளில் ஆடினான். சின்னக் குரங்கு அங்கதன் வேஷத்தில்.

ரங்கையாவை அனுமார் ஆட்டத்துக்கு அழைத்த ஊர்களில் பெரிய தலைகள் யாரும் அங்கதன் வேஷ ஆட்டத்தைப் பற்றிக் கேள்விப்பட்டதே இல்லை. அப்படி ஒரு ஆட்டம் இருந்தால்தானே. ஊர்களில் அனுமார் ஆட்டமே ஓரிரண்டு மணிநேரத்துக்குள்தான் இருக்கும். பந்தலிலும் பந்தலுக்கு முன்னும் சில தெருக்களிலும் சுற்றி வந்தால் முடிந்துபோய்விடும். இதில் இன்னொரு ஆட்டமா என்று அவர்களுக்குத் தோன்றியதில் என்ன ஆச்சரியம்? ஆனால், ரங்கையா அவர்கள் ஏற்றுக்கொள்ளும்வரை பேசியிருக்கிறார். “உன்னை வால்ல கட்டி ராமன் பாதங்களில் வைத்து வணங்குவேன்னு கும்பகர்ணன்ட்டேயே சொன்னவன் இல்லியா அங்கதன், சின்னப் பிள்ளைனாலும் தகிரியம் அப்படி, அந்த ஆட்டத்தப் பாத்தா நம்ம பிள்ளங்களுக்கும் தகிரியம் வராதா என்ன?” என்று கேட்டிருக்கிறார். ஆனாலும் ஊர்க்காரர்களுக்கு இசைவில்லை. பின்னர், “அவனுக்குக் காசு கீசு தர வேணாம், ஆட்டத்தைப் பார்த்துட்டு தோணறதைத் தந்தால் போதும்.” சம்பாவனை அவசியமில்லை என்றபோது பெரிய தலைகளுக்கு “சரி, ஆடட்டும் பார்க்கலாம்” என்று தோன்றியிருக்கிறது. அழகு அப்படித்தான் ஆட்டத்துக்குள் நுழைந்தது.

ஆனால் அங்கதன் அனுமாரையே தோற்கடிக்கும் விதத்தில் எம்புவதும் அவர் தலைக்கு மேல் பாய்வதும் அவருக்கே போக்குக் காட்டுவதுமாக ஜனங்களைக் கட்டிப்போட்டிருக்கிறான். பிறகு இரண்டு பேரையுமே ஆடக் கூப்பிடுவது என்பது சுற்றுவட்டாரத்தில் நடைமுறையாகிவிட்டிருக்கிறது. வயதானதால் ரங்கையாவுக்கு ஆட முடியாமல் போனபோது, அழகு அங்கதன் வேஷத்திலிருந்து

மாறி அனுமார் வேஷம் கட்டத் தொடங்கியிருக்கிறான். ரங்கையாவுக்கு அழகு பெறாத மகனாகத்தான் இருந்தான், அவர் படுத்தபடுக்கையாக இருந்தபோது ஒரு கணம் அகலாமல் பார்த்துக்கொண்டிருக்கிறான்.

“பெத்த அம்மாவை இங்கே விட்டுட்டு ரெங்கையா பக்கத்திலேயே போய்த் தங்கிட்டான். அவரு செத்தப்புறமாவது நம்ம ஊர்க்கு வந்து சேந்திருக்கலாம். இன்னிவரைக்கும் விருந்தாள் வேத்தாள் மாரியில்ல வரான்” இந்த ஊருக்கு அழகு வந்து தங்காததைப் பற்றிப் பாட்டி பலமுறை வருத்தப்பட்டிருக்கிறாள். காலமான காலத்தில் தன் சிநேகிதி தனியாக இருந்து கஷ்டப்படுவது பாட்டிக்குச் சகிக்கவில்லை. “அவளுக்கு ஏதோ வீடு இருக்கு, முதியோர் பென்ஷன் வருது. ஆனாலும் மவன்கூட இருக்கா மாரி வருமா?”

வராதுதான். அழகுவின் அம்மாவைக் கோயிலருகே இருக்கும் நயினார் டீக்கடையில் சில சமயம் பார்த்திருக்கிறேன். மெலிந்த தேகம். களையிழந்த முகம். வெளிறிய சேலை. கிட்டத்தட்டப் பஞ்சக் கோலம். தடுமாறும் நடை.

அழகுக்கு ஏன் அவன் அம்மாவின் நினைவு மனதை உறுத்தவில்லை? பெற்ற தாயிடமிருந்து எப்படி ஒரு பிள்ளையால், அதுவும் ஒற்றைப் பிள்ளையால், விலகிப்போக முடியும்? கலைக் கிறுக்குக்கு முன் குடும்பமெல்லாம் ஒன்றுமில்லை என்று சொல்வது சரிதான். அல்லது கலையோ குடும்பமோ இரண்டு கத்திகளில் ஏதோ ஒன்றுக்குத்தான் குனிந்து தலையைத் தர முடியும்போல.

அடுத்த நாள் விடிந்தும் விடியாமலும் மசமசத்தபோதே வீட்டில் உள்ளவர்கள் அதிசயிக்கும்படி எழுந்துவிட்டேன். அக்கா பையனையும் எழுப்பிவிட்டேன். பத்து வயது அவனுக்கு. அவன் பல் தேய்க்கும்போதே “மாமாவோட அனுமார் ஆட்டத்தப் பாக்கப் போறேன்,” என்று சந்தோஷமாகக் கத்தினான். “பல்ல மொதல்ல தேய்” என்றாள் அக்கா சுவாரசியமில்லாமல். “சீக்கிரம் முடிடா, ஹாட் சாக்லேட் வச்சிருக்கேன்.”

நேற்றிரவே ஆட்டம் பற்றிய பேச்சு வந்தபோது அக்கா என்னிடம் சொன்னாள். “அப்டியெல்லாம் அது ஒன்னும் பிரமாதமா இருக்காதுடா, அனுமார் ஆட்டங்கறதே துணை ஆட்டம்தான். பெரிய ஆர்ட்டிஸ்ட்ங்க ஆடமாட்டாங்க.”

“ரொம்ப பாத்தா மாதிரி பேசாதே. சின்ன வயசில குமுதத்திலிருந்து கண்ண எடுத்திருக்கியா நீ? எப்ப பாத்தியாம்?”

“நான் பாத்திருக்கேண்டா. உடம்ப ஒட்டி பச்சை ட்ரெஸ் போட்டுட்டு சலங்கை கட்டிட்டு கொஞ்ச நேரம் ஆடுவாங்க. அவ்ளதான். பாட்டி எப்பவோ நடந்தத சொல்றாங்க. நீ அதக் கேட்டுட்டு அதுக்கும் மேல பெரிசா கற்பனை செஞ்சிக்கறே.” அவள் பேசியதை நான் அவ்வளவாக ரசிக்கவில்லை.

“உனக்கு எலைடிஸ்ட் டேஸ்ட். லண்டன் போனதுக்கப்புறம் முழுக்கவுமே வேற ஆளாயிட்டே. நம்ம ஊர் கலை கலாச்சாரம்னா இளப்பமாத் தெரியுது.”

“ஆமா, உனக்கு எப்பத்திலேர்ந்து கலை ஆர்வம்? பா.கந்தசாமி கதை படிச்சதுக்கு அப்புறம்தானே? இங்க இருந்தப்ப அந்த ஆட்டத்தை ஒரு நிமிஷம் நின்னு பாத்திருக்கியா நீயி?”

“அது சா. கந்தசாமி.”

கடுப்பில் அக்காவுடன் மேற்கொண்டு பேச்சை வளர்க்காமல் நகர்ந்தேன். நான் பிராய்லர் பள்ளிக்கூடத்தில் படித்து வளர்ந்தவன். அதாவது அங்கே சின்ன வயதிலேயே தள்ளிவிடப்பட்டவன். “இஞ்சினீயரிங் படிப்பு, கை நிறைய சம்பளம்” என்று அப்பா சொல்லிச் சொல்லிப் பாடப் புத்தகங்களுக்குள் தலை, கை, கால், உறுப்பு என்று எல்லாவற்றையும் புதைத்துக்கொண்டவன். அனுமார் ஆட்டத்தை விடுங்கள், வேறெதைத்தான் பார்த்திருக்கிறேன். காளியாட்டத்தைப் பார்த்ததில்லை. சிவன் கோயில் தேரோட்டத்தைப் பார்த்ததில்லை. மயானக் கொள்ளையைப் பார்த்ததில்லை. அர்ஜுனன் தபசு பார்த்ததில்லை. திரௌபதி அம்மன் கோயில் தீமிதியைப் பார்த்ததில்லை. எங்கே விட்டார்கள்? பாட்டி, தாத்தா தலைமுறையோடு முடிந்தது. அம்மாவுக்கும் அப்பாவுக்கும் ஒரு பாரதக் கதை சொல்லத் தெரியாது. இப்பேர்ப்பட்ட மந்தங்கள் மத்தியில் எந்தப் பாரம்பரியக் கலைக்குத்தான் கௌரவம் கிடைத்துவிடப்போகிறது?

“அங்கிள், அயம் ரெடி ஃபர் தெ ஷோ,” என்று என்னை அண்ணாந்து பார்த்துச் சொன்னான் அக்கா பையன். “ஷோ இல்லடா, டான்ஸ், ஆட்டம்” என்றேன். துறுதுறுவென்றிருக்கும் பையன். இவனுக்கு அக்கா இந்த மண், கலாச்சாரம் பற்றியெல்லாம்

ஒன்றும் சொல்லித் தந்திருக்க மாட்டாள். அவளுக்கு இங்கிருந்தபோதே அதிலெல்லாம் அக்கறை கிடையாது.

“ஐ வில் டேக் த பிக்சர்ஸ், யா?” தன் வலக்கை கட்டை விரலை உயர்த்திக் காட்டினான். அவனை அருகே இழுத்தேன். ஒட்டிக் கொண்டான்.

மணி பத்து. எட்டு மணிக்கே பந்தலருகே ஆட்டம் தொடங்கி நடந்திருக்கும். அனுமார் இந்தத் தெரு வழியாக வந்து, தெரு முனையில் வலது பக்கம் திரும்பி, தேரடித் தெரு, ராஜா தெரு வழியாக சந்தை மேட்டுக்குப் போகவேண்டும். அனுமார் வந்துவிடக்கூடிய நேரம்தான்.

மேளச் சத்தம் கேட்டது. ஒலி கூடிக்கொண்டே வந்தது. தெரு முனையில் அனுமார் தெரிந்தார். ஒரு சக்கர வட்டத்தில் அவர் ஒரு புள்ளியாக நின்று ஆடியது இங்கிருந்து தெரிந்தது. நான்கைந்து தெருக்காரர்கள் பார்த்துக்கொண்டிருந்தார்கள். ஓரிரு நிமிடங்களுக்குள் ஆட்டம் முடிந்துவிட்டது. அங்கிருந்து அவர்கள் நகர்ந்து வந்துகொண்டிருந்தது தெரிந்தது.

“அம்மா அனுமார் பத்தி ஸ்டோரீஸ் சொல்லியிருக்காங்க மாமா” என்றான் அக்கா மகன். என்ன சொல்லியிருக்கப்போகிறாள் என்று எண்ணியபடி என்ன கதையென்று விசாரித்தேன். வாயு தேவனுக்கும் ஒரு குரங்கு அம்மாவுக்கும் அனுமார் பிறந்தார், ஸ்ரீலங்காவைத் தீ வைத்து எரித்தார் என்று ஓரிரு வாக்கியங்களைக் கூறினான். “அப்புறம்?” என்றேன். “அப்புறம் லோடஸ் ஸ்டெம் வழியா அண்டர்கிரவுண்டுக்குப் போனார்.” என்ன கதை என்று சட்டென விளங்கவில்லை. விசாரித்தேன். “தட் இஸ் பீகாக் ராவணன் ஸ்டோரி” என்றான். அக்காவுக்கு மயில் ராவணன் கதையெல்லாம் தெரியுமா என்ன? வியப்பாகவும் கொஞ்சம் பொறாமையாகவும் இருந்தது. என்னோடுதானே வளர்ந்தாள்? பாட்டி அந்தக் கதையெல்லாம் எனக்குச் சொன்னதே இல்லையே?

ஏழெட்டு வீடுகளைத் தாண்டி அனுமார் மெதுவாக வந்து கொண்டிருந்தார். உடலோடு ஒட்டிய பச்சை டிரஸ். சலங்கைகள். வெயிலில் இளித்துக்கொண்டிருந்த கிரீடம், ரப்பரில் பளிச்சென்றிருந்த ஆரஞ்சு வாய். மார்பில் வேர்வை கொட்டிக்கொண்டிருந்தது. இதைக் கிழித்து எப்படி ராம, லட்சுமண, சீதையைக் காட்டப்போகிறாரோ தெரியவில்லை.

ராவணாசுரனோடு கடும் போர் செய்து பத்து தலைகளைக் கொய்த நேரத்தில் மூச்சிரைக்க நின்றபோதிருந்ததைக் காட்டிலும் வேர்வையில் குளித்தபடி ராமர் காட்சியளிப்பார் என்று எண்ணிக்கொண்டேன்.

வாத்தியக்காரர்களும் சுறுசுறுப்பில்லாமல் நடந்து வந்து கொண்டிருந்தார்கள். நாமம் அணிந்த வயதான ஒருவர் கூடவே வந்தார். பஜனை கோயிலைச் சேர்ந்தவராக இருக்கலாம். "பாட்டி, அனுமார் வர்ராரு" என்றேன் உரக்க. அவள் வெளியே வந்து எங்களோடு நின்றுகொண்டாள். மொத்தம் மூன்று பேர் அனுமாரைப் பார்க்க எங்கள் வீட்டில்.

வீட்டிலிருந்து ஐந்தாவது வீட்டின் சுற்றுச்சுவரை ஒட்டி ஒரு பூவரச மரமிருந்தது. "மரத்தில அனுமார் ஏறுவார் பாருடா," எதிர்பார்ப்போடு சொன்னேன் அக்கா பையனிடம். ஆனால், அனுமார் மரத்தில் ஏறவில்லை. இரண்டு வீடுகள் தள்ளியிருந்த பெட்டிக்கடையில் இரண்டு வாழைக் குலைகள் தொங்கிக்கொண்டிருந்தன. அனுமார் அவற்றைக் கண்டுகொண்டதாகவே தெரியவில்லை.

மௌன ஊர்வலம் போல அனுமாரும் கோஷ்டியும் நடந்து வந்தார்கள். அக்கா மகன் வயதிலிருக்கும் இரண்டு சிறுவர்கள் எங்கள் வீட்டையும் அனுமாரையும் கடந்து விருட்டென்று சைக்கிளில் போனார்கள்.

எங்கள் வீட்டைத் தாண்டி அனுமார் போனபோது அவர் தலையைக் குனிந்துகொண்டு போனதைப் போல் எனக்குத் தோன்றியது. "அழகுக்கு வயசாயிடுச்சிடா, நடையில தெரியுது" என்றாள் பாட்டி. அதை அவள் சொல்லியிருக்கக் கூடாதென்று நினைத்துக்கொண்டேன். "அவன் அம்மாவ பாத்துட்டாவது போனா சர்தான்." அழகு காதில் அது விழுந்திருக்கக்கூடாது.

"அனுமாருக்கு எய்ட்டீன் ஃபீட் வாலிருக்கும்னு சொன்னீங்களே அங்கிள்?" அக்கா பையன் கேட்டான். அப்போதுதான் கவனித்தேன். அனுமாருக்கு வாலே இல்லை.

(மறைந்த எழுத்தாளர் சா. கந்தசாமிக்கு அஞ்சலி)

ரோஜா மொட்டுடன் ஒரு செல்ஃபி

தன்னுடைய அம்மாதானா என்று அவனுக்கு வியப்பாக இருந்தது. அதிர்ச்சியாகக்கூட இருந்தது. வியப்பையும் அதிர்ச்சியையும்விட வருத்தமாக இருந்தது.

சில மாதங்களாகவே அலுவலகத்திலிருந்து வந்த மகனுக்கு டீ போட்டுத் தருவதில்லை. இருக்கட்டும், டின்னர் என்னாச்சுமா என்றால் ஸ்விகி ஆப் உன்னிடம் இல்லையா எனக் கேட்கிறாள். அப்பாவோ வழக்கம் போல இரவுணவை வெளியே முடித்துவிட்டு வருகிறார். இல்லாவிட்டாலும் அவருக்கு இதையெல்லாம் கவனிக்க எங்கே நேரமிருக்கிறது?

பெரும்பாலான மாலை நேரங்களில் அவன் அலுவலகத்திலிருந்து வருவதற்குள் அம்மா தன் அலுவலகத்திலிருந்து வீட்டுக்கு வந்திருப்பாள். இப்போதும் அப்படித்தான். ஆனால் வித்யாசம் நன்றாகத் தெரிகிறது. முன்பெல்லாம் டீ போட்டு எடுத்துக்கொண்டு வந்து தருவாள். அவனோடு விடாமல் அரை மணிநேரமோ ஒரு மணிநேரமோ பேசுவாள். பெரும்பாலும் அவள் அக்கா வீட்டுக்

கதை, அலுவலகத் தோழியர்கள் விவகாரங்கள், வீட்டில் செய்ய வேண்டிய ரிப்பேர் வேலைகள், அபூர்வமாக ஏதாவது நாவல் அல்லது திரைப்படம். அம்மா அதிகம் தொலைக்காட்சி பார்க்க மாட்டாள். அதனால் தொலைக்காட்சித் தொடர் எதுவும் பேச்சில் வராது. இவன் "ம், ம்," "இல்லம்மா," "நாளைக்குப் பண்ணிடறேன்," "சரி சரி" என்று ஓரிரு வார்த்தைகளில் பதில் சொல்வான். சில சமயம், "அம்மா, இன்னிக்கு வேல அதிகம், தலை வலிக்குது" என்று அலுத்துக்கொண்டு தன் அறைக்குப் போய்விடுவான்.

இப்போதோ எல்லாமே மாறிவிட்டது. ஒரு வாரமாக அம்மா தன்னைக் கவனிக்காமல் அப்படி என்னதான் செய்கிறாள் என்று பார்த்தான். பெரும்பாலும் மாலையில் அவன் வீட்டுக்கு வரும் நேரங்களில் அவள் மாடியிலிருக்கிறாள். மாடியில் போட்டிருக்கும் மர நாற்காலியில் அல்லது பூச்செடிகளருகே கீழே அமர்ந்திருக்கிறாள். இரண்டு நாட்களுக்கு முன் மாடியில் யாருடனோ மொபைலில் பேசிக்கொண்டிருந்தாள். அப்பாவுடன் அவள் பேசும் அதே சின்னக் குரல். அவன் வந்து நின்றதைக் கவனித்தமாதிரி தெரியவில்லை. "அம்மா" என்று முதலில் மெதுவாக அழைத்தான். பிறகு இரண்டு முறை சத்தமாக. மூன்றாவது முறை அழைத்தபோது தன்னுடைய குரல் கத்தலாக அவனுக்கே கேட்டது.

"என்னடா" என்றாள் அம்மா மென்மையாக.

"டின்னருக்கு என்ன டிபன்மா? பசிக்குது" என்றான்.

"பேசிட்டிருக்கேன், தெரியல?" அம்மா மொபைலின் ரிசீவர் பகுதியை மூடியபடி மெல்லிய குரலில் பதில் சொன்னாள். அதாவது எதிர்ப்புறத்தில் இருப்பவருக்குக் கேட்கக் கூடாது. ஆக, மென்மை அவனுக்கானது அல்ல. அவன் அவளை முறைத்ததில் என்ன தவறிருக்க முடியும்?

"பசிக்குதுனு சொன்னேன்" என்றான் குரலை உயர்த்தி. சொ-வுக்கு அவன் தந்த அழுத்தத்தில் அவள் உடனடியாகத் தன் உரையாடலை நிப்பாட்ட வேண்டும். மாடியிலிருந்து கீழே இறங்கி வர வேண்டும்.

அவளோ சாவகாசமாக "வரேண்டா, போ" என்றபடி எழுந்து சற்றுத் தள்ளிப் போய் உட்கார்ந்தாள். பேச்சைத் தொடர்ந்தாள்.

மாடிப்படியில் மொட்டை மாடிக்கு மேலேறி வந்தவுடன் வைக்கப்பட்டிருக்கும் நந்தியாவட்டைச் செடியில் அருகே அமர்ந்திருந்தவள் இப்போது ரோஜாச் செடி தொட்டி வைக்கப்பட்டிருக்கும் வலது மூலைக்குப் போயிருந்தாள்.

அவன் ஒரு கணம் திகைத்துப் போனான். அம்மாவிடம் போய்ச் சண்டை போடலாம் என்று நொடி யோசித்தவன் அதன் அபத்தம் தெரிந்து கீழே இறங்கி வந்துவிட்டான். அதன் பின் ஒரு மணி நேரத்துக்கு அம்மா இறங்கி வருவாளா என்று பார்த்துக்கொண்டிருந்தான். வரவில்லை. ஸ்விகியில் பீட்சா ஆர்டர் செய்து தின்றுவிட்டுப் படுத்தான்.

இன்று மாலை மீண்டும் அதே காட்சி. “பசிக்குதுனு சொன்னேன்,” “வரேண்டா போ.” ஆனால் இன்று வேறொன்றும் நடந்தது. ரோஜாச் செடியருகே அமர்ந்திருந்த அம்மா செல்ஃபி எடுத்துக்கொண்டிருந்தாள். ஒரு ரோஜா மொட்டோடு தன் முகத்தை ஒட்டி வைத்துக்கொண்டிருந்தாள்.

எரிச்சல், சந்தேகம், கோபம் எல்லாம் ஒரே நேரத்தில் வந்தது அவனுக்கு. சின்னப் பெண்ணைப் போல என்ன இது? சின்னப் பெண்ணாக அம்மா இருந்திருக்கும் காலத்தை அவன் நினைத்துப் பார்த்ததில்லை. நினைத்துப் பார்க்கத் தோன்றியதில்லை. அவனுக்கு அம்மா எப்போதும் அம்மா வயதுதான். ஆனால் இப்போது அவள் வயது குறைந்திருப்பதாக அவனுக்குப் பட்டது. இல்லை, குறைத்துக் காட்டியிருக்கிறாள். இப்போது யாருக்காக இந்த செல்ஃபியை எடுக்கிறாள்? அதுவும் திருமணமாகி, திருமணத்துக்குத் தயாராக ஒரு மகன் இருக்கும்போது.

கிடுகிடுவெனக் கீழே இறங்கிவந்து தொலைக்காட்சியின் முன் அமர்ந்தான். சானல்களை நொடிக்கொரு தரம் மாற்றினான். ஆனால் அவன் கண்கள் என்னவோ மாடிப்படியிலேயே இருந்தன. எல்.கே.ஜி. வகுப்பில் அமர்ந்திருப்பதைப் போன்ற எண்ணம். அப்போதெல்லாம்தான் மணி எப்போது அடிக்கும், அம்மா எப்போது வருவாள் என்று அந்தச் சின்னப் பள்ளிக்கூடத்தின் ஜன்னல் வழியாகப் பார்த்துக்கொண்டிருப்பான். சமயத்தில் ஒன், டூ, த்ரீ, ஃபோர், ...டென், ஒன், டூ, த்ரீ, ஃபோர்,... டென் என்று டீச்சர் அவனைத் திட்டும்வரை திரும்பத் திரும்பச் சொல்வான். ஒரு டென்னில் அம்மா வந்துவிடுவாள். ஆனால் இருபத்தைந்து

வயதில் அம்மாவை எதிர்பார்க்கும் பாலகனாக மாறுவதென்றால் எப்படி? அம்மா எதற்கு அப்படி மாறவைக்கிறாள்?

அப்பா இன்னும் வரவில்லை. எப்போதுமே பிந்தித்தான் வருவார். இன்று அவன் ஸ்விகியில் உணவை ஆர்டர் செய்யவில்லை. பசி மந்தித்துப்போயிருந்தது. தலை வலித்தது. இதுதான் கடைசி என்று எண்ணியபடி மாடிப்படியைப் பார்த்தான். அம்மா இறங்கி வந்துகொண்டிருந்தாள்.

“சாரிடா, ஜெயந்தி கூப்டிருந்தா. பேசிட்டிருந்தேன். ரெண்டு பேரும் ஒரே எடத்துல ரோஜாச் செடி வாங்கினோம். கடைக்காரன் ஏமாத்திட்டான்னு புகார்.”

அவன் பதில் சொல்லவில்லை.

“நம்ம வீட்ல நல்லாத்தானேடா வருது. இத்தோட ஒரு டஜன் பூ பூத்திருக்கும்.” தேவையில்லாமல் அம்மா பேசிக்கொண்டிருக்கிறாள். பொய் சொல்பவர்கள்தான் வேண்டாத, அதிகத் தகவல்களைத் தருவார்கள்.

“அவ செடியை போட்டோ எடுத்து அனுப்பியிருக்கா. பாரேன், செடி வாடிப் போயிருக்கு. அவ தண்ணி ஊத்தலனு விசிபிளா தெரியுது.”

மொபைலை அவன்முன் நீட்டினாள். பார்த்தும் பார்க்காமலும் ஆவலைக் காட்டிக்கொள்ளாதபடி ஆவலோடு பார்த்தான். அவன் சந்தேகம் தீர்ந்துவிடும் நேரம் வந்துவிட்டது. வாடிய செடி தெரிந்தது.

“அஞ்சு நிமிஷத்தில தோசை சுட்டுர்ரேன். ரெண்டு பேரும் சாப்டுரலாம்,” சொல்லிக்கொண்டே சமையல்கட்டுக்குள் சென்றாள். “ரொம்ப பசிக்குதா?”

செடியைப் பார்த்த கணத்தில் பெயரைப் பார்க்கத் தவறியதை உணர்ந்தான். திரும்பப் போய்க் கேட்கலாமா? அம்மா தன் பசியில் அக்கறைகாட்டியதைப் போலத் தானும் அந்தச் செடியில் அக்கறைகாட்டக் கூடாதா? அம்மாதான் பாவனை செய்ய முடியுமா என்ன? அவன் செய்ய முடியாதா?

“ஓங்க சிநேகிதி செடியை கொன்னே போட்டுட்டாங்களா, காட்டுங்கம்மா” என்று அடுப்பருகே போய் நின்றான்.

"பாருடா," மேடையில் அடுப்பருகேதான் மொபைல் இருந்தது. இந்த போன் பிசாசை நெருப்பில் தள்ளிவிட அவனுக்கு ஒரு நொடிக்கு மேல் பிடிக்காது.

பார்த்தான். *Jay* என்ற பெயர் மேலே மூலையில் தெரிந்தது. ப்ரொஃபைல் படத்தைப் பார்த்தான். கறுப்பு-வெள்ளை. ஒரு அட்டைப்படம். "*Being and Nothingness.*" புத்தகம் மாதிரி தெரிந்தது.

"இந்தா, சாப்டுடா. பொடி வைக்கவா?"

"ம்." தட்டை வாங்கிக்கொண்டே மொபைல் திரையில் கண்ணை ஓட்டினான். ரோஜா மொட்டுடன் செல்ஃபி, வாடிய செடியின் படம், அவற்றுக்கு மேலே "*phone edukka mudiyala, pls call now.*" அம்மா அனுப்பிய மெசேஜ். அம்மா எப்போது இதை அனுப்பியிருக்கிறாள், எப்போதிலிருந்து இவர்கள் பேசிக்கொண்டிருக்கிறார்கள்? எப்போது தொடங்கியிருக்கும் இது?

சட்டென்று அம்மா "தோசை ஆறிடும், சாப்டுடா" என்றபடி மொபைலைப் பறித்துக்கொண்டாள்.

அம்மாவின் சிநேகிதி ஜெயந்தியாகத்தான் இருக்கமுடியும். எந்த ஆண்பிள்ளை செடி வாடிப் போயிருக்கிறதென்று கண்ணீரும் கம்பலையுமாக போட்டோ எடுத்து அனுப்பப்போகிறான்? ஆனால் அந்த ப்ரொஃபைல் படம், புத்தகம்? அவசர அவசரமாகத் தோசையைத் தின்றுவிட்டு கூகிளில் தேடினான்.

Being and Nothingness. புத்தகத்துக்கு சப் டைடில் இருந்தது. *An Essay in Phenomenological Ontology.* சொல்லி முடிப்பதற்குள் நான்கைந்து கூழாங்கல் வாய்க்குள் உருண்டுவிடும். எவனோ பிரெஞ்சுக்காரன் எழுதியிருக்கிறான். தத்துவ நூல் மாதிரி தெரிந்தது.

அம்மாவுடைய சிநேகிதி ஜெயந்தி இதெல்லாம் படிப்பாளா, என்ன? சில வருடங்களுக்கு முன் ஒரு முறை ஷாப்பிங் போனபோது ஃபீனிக்ஸ் மாலில் அவளைப் பார்த்திருக்கிறான். ஞாபகம் வைத்துக்கொள்ளக்கூடிய முகமோ, உடல்வாகோ, பேச்சோ இல்லை. அவளோடு அன்று அம்மாவும் அவனும் ஐஸ்க்ரீம் தின்றார்கள். கோன் ஐஸைத் தின்னத் தெரியாமல் மேலே போட்டுக்கொண்டாள். அம்மாவும் அவனும் சேர்ந்துகொண்டு அவளை அதற்காக ஓட்டினார்கள். அவள் எப்படி பிரெஞ்சுக்காரனை, அதுவும் வாயில் நுழையாத தத்துவத்தைப்

படிக்கப்போகிறாள்?

ஒருவர் என்ன புத்தகம் படிப்பார் என்பதை அவர்கள் ஐஸ்க்ரீம் தின்னும் விதத்தை மட்டும் வைத்துக்கொண்டு முடிவுசெய்துவிட முடியுமா?

அன்றைய நாளை கவனத்தோடு நினைவில் கொண்டுவரப்பார்த்தான். இப்படி ஒரு புத்தகத்தைப் படிக்க ஏதோ ஒரு குணாம்சம் ஜெயந்தியிடம் இருக்க வேண்டும். அவர்கள் சந்தித்த அன்று,

(1) ஜெயந்தி மால் எஸ்கலேட்டரில் பயந்துகொண்டே கால் வைத்தாள்.

(2) ஜெயந்தி மூன்றாவது தளத்தில் ரேமண்ட்ஸ் ஷோ ரூம் எதிரே தடுக்கிவிழப் பார்த்தாள். அவள் செருப்பு அறுந்துவிட்டிருந்தது. “பழைய செருப்ப மாத்தவே மாட்டியாடி?” அம்மா அப்போது கேலி செய்தாள்.

(3) மாலிலிருந்து வெளியே வருகையில் அம்மா ஜெயந்தியின் கையைப் பற்றியபடி “இன்னும் அடிக்கிறாரா? பத்திரமா இருடி” என்றாள். ஜெயந்தி பதில்சொல்லாமல் தலையைக் குனிந்துகொண்டாள்.

இப்படியான ஞாபக ஓட்டத்தில் ஜெயந்தி என்ற பெண் — ஐஸ்க்ரீமைத் தின்னத் தெரியாத, எஸ்கலேட்டரில் ஏறத் தெரியாத, அறுந்துபோகும் செருப்பை அணிகிற, அதனால் கீழே விழுகிற, அடிக்கடி கணவனிடம் அடிவாங்குகிற நடுவயதுப் பெண் — ஒரு பிரெஞ்சுத் தத்துவ நூலைப் படிப்பாள் என்பதற்கான எந்த சமிக்ஞையுமே அவனுக்குக் கிடைக்கவில்லை.

இரவு ஒரு மணிக்கு ‘ஜெய்’ ஜெயந்தியாக இருக்க சாத்தியமேயில்லை என்று அவனுக்குத் தோன்றியது. ஒருவேளை ஜெயசங்கர், ஜெயகுமார், ஜெயச்சந்திரன், ஜெயசூரியன், ஜெயபாரதி... யோசனையில் சிக்குற்று மனம் சிதறிப்போனது. தூக்கம் வரவில்லை. காலையில் அம்மாவிடமே கேட்டுவிடலாமா? ஆனால் ஜெயந்தி என்று ஏற்கெனவே சொல்லிவிட்ட அம்மா இப்போது மட்டும் பயந்துபோய் மாற்றிச் சொல்லுவாளா என்ன? இரவு இரண்டு மணிக்கு ‘ஜெய்’ ஜெயந்தியில்லை என்பது அவனுக்கு உறுதியாகிவிட்டது.

அவன் தூங்கினால்தானே எழுந்திருக்க? அம்மா ஆறு மணிக்கே எழுந்துவிடுவாள். பொதுவாக எல்லா அம்மாக்களையும் போலக் காலையில் தேநீர் போடுவது அவள் வேலைதான். ஆறேகாலுக்குச் சமையலறைக்குள் சென்றான்.

அம்மா அதற்குள் குளித்து முடித்திருந்தாள். ஈரத்தலையோடு இருந்தாள். புது நைட்டிபோல. இப்போதும் அவள் செல்ஃபி எடுத்துக்கொண்டிருந்தாள். தேநீர்க் கோப்பையை வலது கையில் பிடித்தபடி இடது கையால் மொபைலை உயர்த்தியபடி.

"அம்மா, எழுந்திட்டீங்களா, செல்ஃபியா" எனக் கேட்டுக்கொண்டே அருகே சென்றான். அவன் குரல் அவனுக்கே அபத்தமாக ஒலித்தது. "ஜெயந்திக்கா அனுப்பறீங்க?"

"ஜெயபிரகாஷுக்கு" என்றாள் அம்மா.

இரவு அந்தப் பெயர் அவனுக்கு நினைவில் வந்திருக்க வேண்டும்.

அப்பாவுக்குச் சென்னை பிடிக்கவில்லை

அலுவலகம் முடிந்த பின் எல்டாம்ஸ் சாலையிலும் நுங்கம்பாக்கம் ஹைவே டிராஃபிக்கிலும் முக்கால் மணிநேரம் லோல்பட்டு, இதற்கு நடுவில் ஒன்வேயில் மேலே ஏறிவந்த ஒரு பைக்காரனைத் திட்டிவிட்டு ஒருவழியாக அண்ணாநகர் வந்துசேரும்போது ஏற்கெனவே ஆறு முப்பது ஆகியிருந்தது. குறுகலான மாடிப்படியில் ஏறினால் குளிரூட்டப்பட்ட ஹால். சிவில் சர்வீஸஸ் மெயின் தேர்வுக்கான கோச்சிங் வகுப்பில் சேர்ந்திருந்தேன். வரலாறு வகுப்பு. ஏற்கெனவே தொடங்கிவிட்டிருந்தது. டீயாவது குடித்துவிட்டு வந்திருக்கலாம். வயிறு கொஞ்சம் சத்தமாகவே இரைச்சலிட்டது. பக்கத்தில் அமர்ந்திருந்த சிவநேசன் திரும்பிப் பார்த்தான். "வகுப்ப கவனி" என்றேன். சீரியஸான முகபாவனையைத் தரித்துக்கொண்டேன்.

காலையிலிருந்தே எதுவும் சாப்பிடவில்லை. காப்பி குடித்துவிட்டு முன்னறையில் தேர்வுக்காக வேண்டி செய்தித்தாளிலிருந்து நடப்புச் செய்திகளைக் குறிப்பெடுத்துக்கொண்டிருந்தபோது

கூப்பாடு கேட்டது. ஒரு தனிவீட்டை ஒட்டி நீண்டிருந்த போர்ஷன் எங்களுடையது. இரண்டு குட்டி அறைகள், அதில் ஒன்று ஹால், அதைத் தாண்டிச் சமையலறை. அதையொட்டி டின் ஷீட் போடப்பட்டிருந்த பாத்ரூமுக்கு வெளியிலிருந்துதான் சத்தம்.

வீட்டுக்காரம்மா இரைந்துகொண்டிருந்தாள். "ஒரு வேட்டி துவைக்க அஞ்சி பக்கெட் தண்ணியா?" ஒரு கையில் சாம்பார் கரண்டி. வீட்டுக்காரர்களின் மெயின் போர்ஷனுக்கும் எங்களுடைய சைட் போர்ஷனுக்கும் ஒரே கொல்லைப்புறம்தான். அங்கே விரைந்த என்னிடம் கடுகடுத்தாள்.

"குடிவரப்பவே சொன்னோம். ஒரு நாளைக்கு பதினஞ்சி பக்கெட்தான்னு. அப்ப தலைய தலைய ஆட்டினீங்க. இப்போ ஒரு துண்டத் தொவைக்க ஆறு வாளி பிடிச்சி ஊத்தறீங்க."

"என்ன சொல்றாங்க" என்றார் அப்பா. அவருக்குச் சில காலமாகக் காது சரியாகக் கேட்பதில்லை. அவர் காதருகே வாயை வைத்துக் கேட்க வேண்டியிருந்தது. "தண்ணியப் பிடிச்சி கீழே ஊத்தினீங்களா?"

"ஒரு பக்கெட்ல குளிச்சேன். இன்னொரு பக்கெட் தோய்க்கப் பிடிச்சேன்." அப்பாவின் சன்னக் குரல் இன்னும் சன்னமானது.

வீட்டுக்காரம்மா திரும்ப வாயைத் திறப்பதற்குள் "அப்பாட்ட நான் சொல்றேங்க" என்று முடித்தேன். பேச்சை வளர்த்தினால் வீட்டுக்காரம்மா கணக்கில் ஏற்கெனவே ஒரு வேட்டிக்கு ஐந்து பக்கெட்டிலிருந்து துண்டுக்கு ஆறு பக்கெட் ஆக மாறியது, ஒரு கர்சீப்புக்கு ஏழு பக்கெட் என்று கூடிவிடும். வீட்டுக்காரம்மா முட்டைக் கண்களால் முறைத்தபடி தன் போர்ஷனுக்குள் போனாள்.

"ரெண்டு வாளி தண்ணிக்கு இத்தனை பிரச்சினையா?" அப்பா அரிசியைக் களைந்தபடி முணுமுணுத்தார். பெண்கள் இல்லாத குடும்பம். என் அம்மா போனதிலிருந்து சம்பிரதாயமான சமையல், சாப்பாடு எனக்கும் அப்பாவுக்கும் வாய்க்கவில்லை. ஆனால் என்னை மாதிரி இல்லாமல் அவருக்குச் சமைக்கத் தெரியும்.

எனக்கு அப்பா விழுப்புரத்திலிருந்து நகர்ந்து இங்கே வந்து என்னுடன் இருப்பதைவிட வீடு என்று ஒன்று வேண்டியிருந்தது. வீட்டுச் சாப்பாடு வேண்டியிருந்தது. மூன்று வேளையும் வெளியில்

சாப்பிட்டால் என் பர்ஸுக்குச் சரிப்படுமோ சரிப்படாதோ என் அல்சர் வயிற்றுக்குச் சரிப்படாது. வயிறு தகராறு செய்தால் என்னுடைய இலக்கை அடையும் வழியில் பிரச்சினையாகிவிடும். என்னுடைய இலக்கு எப்பாடுபட்டாவது அரசாங்க வேலையில் சேர்வதுதான். நான் வளர்ந்த சிறுநகரச் சூழலில் ஏற்பட்ட அனுபவங்கள், அவமானங்கள் அரசு வேலையை, அது தரும் அந்தஸ்தைப் பிரம்மாண்டமாக்கிக் காட்டியிருந்தன. சிவில் சர்விஸஸ் தேர்வை நான் எழுத நினைத்தது அதனால்தான். மற்றபடி நாட்டுக்கான பணி, சேவை எல்லாம் என் லட்சியமில்லை.

அந்தக் காலகட்டத்தில் நான் நகரத்தின் சில பேட்டைகளுக்குள் மட்டும் பெயர் தெரிந்திருந்த ஒரு தனியார் நிறுவனத்தில் வேலை பார்த்துக்கொண்டிருந்தேன். ஊதுபத்தி, சாம்பிராணி போன்ற வாசனைப் பொருட்களைப் பிற மாநிலங்களுக்குப் பிரதானமாக சப்ளை செய்யும் நிறுவனம். மலேசியாவிலிருந்தும் சிங்கப்பூரிலிருந்தும் இரண்டு மூன்று ஆர்டர்கள் கிடைத்திருந்தன. மட்டிப்பால் வத்திக்கும் கப் சாம்பிராணிக்கும் உலகளாவிய கிராக்கி இருந்தது எங்களுக்கே ஆச்சரியம்தான்.

சிங்கப்பூர் ஆர்டரைப் பற்றிக் கிளை மேலாளர் கொஞ்ச நாட்களுக்கு முன் உணவு இடைவேளையில் அறிவித்திருந்தான். மேனேஜரின் ரூம் கதவு திறந்தபோது என்னுடன் சாப்பிட்டுக்கொண்டிருந்த நடேசன் பழக்கதோஷத்தில் கையில் சோற்றோடு எழுந்து நின்றான். ஆல்பர்ட் எழுந்திருக்கப்போவதைப் போல யத்தனத்தைக் காட்டினான். அதிகாரத்துக்குப் பணிகிறோமோ இல்லையோ பணிகிறோம் என்று காட்டும் சைகையை அது எதிர்பார்க்கிறது.

நான் அசையவில்லை. அதிகாரத்துக்கு எதிராக நிற்க வேண்டும் என்று ஐ.ஏ.எஸ். கோச்சிங் வகுப்பில் நண்பர்கள் பேசிக்கொள்வதுண்டு. அதைக் கடைப்பிடிக்கும் விதமாகச் சாப்பாட்டிலிருந்து நான் கண்ணை நகர்த்தவில்லை. அதிகாரத்துக்கு எதிரான இந்த நடவடிக்கையை எல்லாம் கவனிக்காமல் மேஜைக்கு அருகே வந்து சிங்கப்பூர் ஆர்டரைப் பற்றி முகம் மலர்ந்து தெரிவித்தான் மேனேஜர். நடேசனும் ஆல்பர்ட்டும் அவர்கள் பங்குக்கு நிறுவனத்தையும் மேனேஜரையும் பாராட்டினார்கள். நான் ஜன்னல் வழியே வெளியே பார்த்தேன்.

ஊழியர்கள் சாப்பிடும்போது வேலையைப் பற்றி நினைவூட்டக்

கூடாது என்ற அறிவுகூட அந்த மேனேஜருக்கு இல்லை. இதெல்லாம் எத்தனை நாள் என்று எண்ணிக்கொண்டேன். ஐ.ஏ.எஸ். மெயின் தேர்வில் எப்படியாவது கஷ்டப்பட்டு பாஸ் செய்துவிட்டால் அதற்குப் பிறகு நேர்காணல் மட்டும்தான். அதையும் நல்லபடி முடித்துவிட்டால் அதன்பின் வாழ்க்கை வெண்ணெய் தடவிய சாலையாகிவிடும். அதில் எனக்கே பொருத்தமான லட்சணமான பெண் ஒருத்தி அருகில் அமர்ந்திருக்க ஒரு பெரிய காரை ஓட்டிச் செல்வேன்.

லட்சணமான பெண் என்றவுடன் புவனப்ரியாதான் அப்போதெல்லாம் மனதில் வருவாள். என்னுடன் கோச்சிங் வகுப்பில் படித்துக்கொண்டிருந்தாள். என்னுடைய அந்தந்த மனநிலைக்கு ஏற்றபடி அவளைப் புவன் என்று செல்லமாகவோ ப்ரியா என்று பொது இடத்தில் அழைக்கும் பாவனையிலோ கூப்பிடுவேன். கற்பனையில்தான். அவளிடம் நேரில் பேச எனக்குக் கூச்சம். வகுப்பில் கூடப் படிக்கும் சிவநேசன் புவனப்ரியாவுடன் உரையாடும் சமயமாகப் பார்த்து நானும் இணைந்துகொள்வேன். அந்தச் சமயத்திலும் என்னுடைய ஈர்ப்பை அவள் கண்டுபிடித்துவிடுவாளோ, அலையும் கண்ணால் மாட்டிக்கொள்வோமோ என்று பயம். தவிர, அவள் கவனமெல்லாம் மோகன்ராஜன் மீதுதான். எங்கள் எல்லாருக்குமே அது தெரிந்திருந்தது என்றாலும் எனக்குத்தான் அதில் ரொம்ப வருத்தம். மோகன்ராஜன் அப்படியொன்றும் அழகன் இல்லை. ஆனால் புத்திசாலி. முதல் அட்டெம்ப்டிலேயே மெயின் தேர்வில் பாஸ் செய்திருக்க வேண்டியவன். ஆனால் இரண்டு மார்க்கில் போயிற்று. இந்த முறை அடித்துத் தூக்கிவிடுவான் என்று வகுப்பு நண்பர்கள் பேசிக்கொள்ளும்போது எனக்கு வந்த எரிச்சல் சொல்லி மாளாது. இரண்டு மார்க்காக இருந்தாலென்ன, இருநூறாக இருந்தாலென்ன தவறியது தவறியதுதானே?

நான் பந்தயத்துக்கே இன்னும் போகவில்லை என்பது உறுத்தாமல் இருந்ததில்லை. அதுவரையிலும் நான் சிவில் சர்வீஸஸ் தேர்வுக் களத்தில் நுழைந்ததில்லை. அப்புறம்தானே பரிசுக் கோப்பை எல்லாம். கோப்பை இல்லை, கோப்பைகள் என்று இருக்க வேண்டும். புவனப்ரியாவின் முலைகள் அத்தகையவை. அவை எனக்கானவை. புவனப்ரியா ஐ.ஏ.எஸ்.ஸின் முலைகள் எனும்போது கூடுதல் கிளர்ச்சி. சர்வ நிச்சயமாக அவை எனக்கானவை.

அன்று வகுப்பு முடிந்தபின் கட்டட வளாகத்தில் இருந்த ஜூஸ் கடையில் வழக்கம்போலச் சக மாணவர்கள் சிறிய கூட்டங்களாக அளவளாவத் தொடங்கியிருந்தார்கள். புவனப்ரியாவையும் கடையில் பார்க்க முடிந்தது. மோகன்ராஜனையும்தான். அங்கே போனால் நேரமாகிவிடும். சோர்வுடன் பைக்கை உதைத்தேன்.

அப்பாவைச் சமாதானப்படுத்த வேண்டும் என்று எண்ணிக்கொண்டே வண்டியை ஓட்டினேன். என் முன்னால் போய்க்கொண்டிருந்த ஒரு பஸ் அதன் நிறுத்தத்தைத் தாண்டி திடீரென்று பிரேக் போட்டு நின்றது. சிலர் இறங்கினார்கள். கடைசியாக ஒருவர் இறங்கி முடிவதற்குள் கண்டக்டர் விசிலை ஊதினார். அந்த நபர் கீழே கிட்டத்தட்ட விழுந்து எழுந்து தட்டுத் தடுமாறி நின்றார். திரும்பி பஸ்ஸை ஒரு தரம் பார்த்துவிட்டு நகர்ந்தார்.

முந்தைய வாரம் அப்பா பஸ்ஸிலிருந்து இறங்கும்போதும் பஸ்காரன் அப்படித்தான் அவசரமாகக் கிளப்பிக்கொண்டு சென்றிருப்பான். அப்பாவுக்குச் சென்னையில் வசிக்கப் பிடிக்காததற்குக் காரணங்கள் இருந்தன. அதில் ஒன்று, பஸ். அவர் சென்னைக்கு வந்து சேர்ந்த ஒரு வாரத்திலேயே முன்பு வேலை பார்த்த கம்பெனியின் தலைமையகத்துக்குப் போக வேண்டியிருந்தது. மேற்கு சைதாப்பேட்டையிலிருந்து இரண்டு பஸ் மாறிப் பெரம்பூருக்குப் போக வேண்டும். துணையாகச் செல்ல எனக்கு விடுமுறை கிடைக்கவில்லை. குழந்தைக்குச் சொல்வதைப் போல எங்கே இறங்க வேண்டும், பக்கத்தில் அடுத்த பஸ்ஸுக்கு எந்த நிறுத்தத்துக்குச் செல்ல வேண்டும் என்று சொல்லிக்கொடுத்துக் கொண்டிருந்தேன். ஆனால் அப்பாவின் பயம் வேறொன்றாக இருந்தது, “சரி, எப்படி இந்தக் கூட்டத்தில் பஸ்ல நுழைஞ்சி ஏறி எறங்கறதுப்பா? நீயும் வா” என்று வற்புறுத்தினார். எனக்கு எரிச்சலாக இருந்தது. நகரத்தில் அவர் டூவீலரை எடுக்கக்கூடாது, அவரால் ஓட்ட முடியாது என்று நான் சொல்லாமலிருந்தால் தானே தன் வேலைகளைப் பார்த்துக்கொண்டிருப்பாரோ? ஆனால் இங்கே வந்த பின் அவருக்கு அடிக்கடி தலைசுற்றல் வருகிறது. கீழே விழுந்துவைத்தால் யாருக்குக் கஷ்டம்?

அப்படியும் அவர் பெரம்பூருக்குச் சென்று திரும்பும்போது பிரச்சினையாகிவிட்டது. கோவிந்தன் சாலையில் இறங்கும்போது பஸ்ஸைக் கிளப்பிவிட்டதால், தடுமாறிக் கீழே விழுந்திருக்கிறார்.

பக்கத்தில் தள்ளுவண்டியில் பழம் விற்றுக்கொண்டிருந்த தம்பதி ஓடிவந்து தூக்கியிருக்கிறார்கள். வீட்டுக்குக் கொண்டுவந்து விட்டிருக்கிறார்கள். அலுவலகத்திலிருந்து நான் வந்த பின் “அவங்க கள்ளக்குறிச்சிக்காரங்களாம். நம்மூர் பக்கம்தான், நல்ல கொணம். “அப்பா தெரிவித்தார். “ஊர்ப் பெருமை விடாது” சிரித்தேன். “அப்டியில்லப்பா, நீ இங்கதானே இருக்க, இதுவும் நம்ம ஊருதான்.” அப்பா சமாளித்தார்.

ரத்தகாயத்திலிருந்து அன்று தப்பித்தாலும் இன்னொரு முறை அவர் காய்கறி வாங்க நடந்துபோகும்போது அடிபட்டுவிட்டது. பலமான அடி. மேட்லி சாலை சுரங்கப்பாதை அருகில் ஒருவன் வேகமாகத் திரும்பும்போது ஓரமாகச் சென்றவரின் காலில் ஒரு பைக்காரன் சக்கரத்தை ஏற்றிவிட்டான். கட்டைவிரல் நகம் பிய்ந்து பாதத்தில் பெரிய காயத்துடன் யாரோ கொண்டுவந்து வீட்டில் விட்டார்கள். “காட்டானுங்க, இல்ல எனக்குத்தான் இங்க நடக்கத் தெரியலயானு தெரியல.” என்னிடம் காயத்தைக் காட்டினார்.

பக்கத்தில் காய்கறி வாங்கத்தானே போகிறார் என்று நான் அசிரத்தையாகக் கூடப் போகாமல் இருந்ததனால் வந்த வினை. குழந்தையைக் கவனித்துக்கொண்டிருப்பதைப் போல அவரைச் சதா சர்வநேரமும் என்னால் கவனித்துக்கொள்ள முடியுமா? அம்மா உயிரோடு இருந்தால் அவருக்குத் துணையாக இருந்திருப்பாளோ? ஆனால் அம்மா அப்படியொன்றும் அப்பாவைக் கவனித்துக்கொண்டிருக்க மாட்டாள். இருவரையும் நான்தான் கவனித்துக்கொள்ள வேண்டியிருந்திருக்கும். அப்பாவுக்குச் சென்னையின் சாலைகள் பழக வேண்டும். அவர் பழக்கிக்கொள்ள வேண்டும்.

அப்பாவை எப்படிச் சமாதானப்படுத்தலாம் என்று யோசித்துக் கொண்டே வீட்டுக்குள் நுழையும்போது மணி பத்து. பத்தரை மணிக்குள் வீட்டுக்கு வந்துவிட வேண்டும் என்பது வீட்டுக்காரம்மாவின் பத்து கட்டளைகளில் ஒன்று. இல்லாவிட்டால் வெளிக்கதவு பூட்டியிருக்கும். மாடியில் குடித்தனம் இருந்த ஒரு ஆண் நர்சுக்கு டியூட்டி பல நாட்களில் நள்ளிரவில்தான் முடியும். அவன் காம்பவுண்ட் சுவரை ஏறிக் குதித்து வீட்டுக்குள் நுழைவதைப் பார்த்திருக்கிறேன். மூன்றடிச் சுவர்தான். எனக்கு அப்படிச் செய்ய சங்கோஜம். அதனாலேயே பத்தரைக்குள் வந்துவிடுவேன்.

அந்த ஆண் நர்ஸ் அப்படிச் சுவர் ஏறிக் குதிக்கத் தேவையுமில்லை. வீட்டுக்காரம்மா அவனுடன் ஒட்டி உறவாடிப் பேசுவதை, ஏன் ஒருமுறை தற்செயல் என்பதுபோலக் கைகள் உரசிக்கொண்டதைக்கூட நான் பார்த்திருக்கிறேன். அவன் தன் பணியிடத்துக்குக் கிளம்பும்போது யாரையோ தேடுவதைப் போல வீட்டுக்காரம்மாவின் வீட்டுக்குள் பார்ப்பான். குடித்தனக்காரர்களுக்கு அவள் விதித்திருந்த பத்துக் கட்டளைகளில் ஒன்றிரண்டையாவது அவனுக்காக அவள் குறைத்திருப்பாள். பத்தரைக்குள் வந்துவிட வேண்டும் என்பது ஒருவேளை அவனுக்காக அவள் நீக்கியிருந்த கட்டளைகளில் ஒன்றாக இருந்திருக்காதோ? ஒருவேளை, அவன் மட்டும் தினமும் இருபது பக்கெட் தண்ணீர் பிடித்துக்கொள்ளலாம் என அனுமதித்திருப்பாளோ?

கூடத்தில் அப்பா படுத்திருந்தார். ரேடியோவில் ஏதோ ஒரு பாடல் மெலிதாக ஒலித்தது. கேட்டபடியே தூங்கிவிட்டிருப்பார். அவர் டிவி பார்ப்பதில்லை. கைகால் கழுவிவிட்டுச் சமையலறைக்குள் நுழைந்தேன். சோற்றில் சின்ன சிவப்பெறும்புகள் படையாக ஏறியிருந்தன. தண்ணீரில் சோற்றை வைக்க வேண்டும் என்றுகூட அப்பாவுக்குத் தோன்றவில்லை. அல்லது ஃப்ரிட்ஜிலாவது வைத்திருக்கலாம். அப்பா சாப்பிட்டதாகத் தெரியவில்லை. சோறு வடித்துவைத்த மேனிக்கு இருந்தது. அப்பாவை எழுப்பலாம் என்று நினைத்தேன். ஆனால் மீண்டும் சோறு வடிக்க வேண்டும். மில்க் பிக்கிஸ் பிஸ்கட் இருந்தது. இரவுக்குப் போதும்.

அப்பாவைச் சென்னைக்கு ஏன் அழைத்துக்கொண்டு வந்து வருத்துகிறோம் என்று எப்போதாவது தோன்றும் வருத்தம் அப்போதும் தோன்றியது. அவருக்குக் கடைசிவரை கிளம்பிவர விருப்பமே இல்லாமலிருந்தது. "வேணா நீ ஒரு வீடு பாத்துக்க. நான் அப்பப்ப வந்து இருக்கேன்." நகரத்தில் பேச்சிலருக்கு, அதுவும் சாதாரண வேலையில் இருப்பவர்களுக்கு, வீடு பார்ப்பதில் இருக்கும் சிரமம் அவருக்குத் தெரியாது. "கணேசன் பையன் சென்னைல தனியாத்தானே இருக்கான்?" என்றார். கணேசன் அவருடைய உருப்படாத ஒன்றுவிட்ட அண்ணன். ஆனால் அவர் மகன் உருப்பட்டுவிட்டான். "அவன் ஐடில வேலைபார்க்கறான்பா. நான் ஐடிலயா இருக்கேன்?" அவரைச் சென்னைக்கு வரவழைத்து வைத்துக்கொள்ள விழுப்புரத்துக்குச் சென்று மணிக்கணக்காக உட்கார்ந்து பேசினேன். நகர மாட்டேன் என்று பிடிவாதமாக

இருந்தார். இனி விழுப்புரம் பக்கமே வர மாட்டேன் என்று கடைசியாக ஒரு மிரட்டல் விட்ட பின் அவர் தானாக இறங்கி வந்தார்.

நடேசன்தான் கோவிந்தன் சாலைக்கு இரண்டு தெருக்கள் தள்ளி இந்த வீட்டைப் பார்த்துக்கொடுத்தது. அப்போது இந்த ஏரியாவுக்கு அடுத்த மேற்கு மாம்பலத்தில்தான் நடேசன் குடியிருந்தான். செய்தித்தாள் விளம்பரங்களிலிருந்து குறித்துவைத்த சில போர்ஷன்கள், பிளாட்களைப் பார்த்துவிட்டுத்தான் இந்தத் தெருவுக்கு வந்தார்கள். பெயர்தான் ஜோதிமாணிக்கம் தெரு. ஆனால் குப்பைகள் எப்போதாவதுதான் எடுக்கப்படும் குறுகலான தெரு. எந்த ஆளுங்க என்று விசாரித்துவிட்டுக் குடும்பத்தைப் பற்றி விசாரித்தாள் வீட்டுக்காரம்மா. அப்பா, பிள்ளை இரண்டு பேர்தான் என்றதும் வீட்டுக்காரம்மா முதலில் தயங்கினாள். “அப்ப உங்க வீட்டு முறை வாரத்துக்கு வாசலக் கூட்டி யாரு கோலம் போடறது?” நடேசன் அதற்குப் பதில் வைத்திருந்தான். “எப்படியிருந்தாலும் மேல்வேலைக்கு ஆள் வைக்கப்போறாங்க. அவங்களயே இதையும் செய்யச் சொல்லிரலாம்மா.”

நிபந்தனைகளை ஒவ்வொன்றாகத் தெரிவித்தாள் வீட்டுக்காரம்மா. வாடகையைப் பணமாகத்தான் தர வேண்டும், ஒன்றாம் தேதிக்கு மேல் ஒரு நாள்கூடத் தாமதிக்கக் கூடாது. வீட்டுக்கு விருந்தாளி வந்தால் அதிக நாள் தங்கக்கூடாது. குடித்தனங்களுக்குத் தனி மீட்டர் வைக்க முடியவில்லை, ஈபிகாரர்கள் லஞ்சம் கேட்கிறார்கள், தனி மீட்டர் இல்லாததால் ஒரு யூனிட்டுக்கு இத்தனை என்று பயன்பாட்டைப் பொறுத்துக் கணக்கு பண்ணித் தர வேண்டும். இரவு பத்தரைக்குள் வந்துவிட வேண்டும். மாடி போர்ஷனில் முன்பு குடித்தனம் இருந்த கணவனும் மனைவியும் தினமும் எங்கேயோ சுற்றிவிட்டு லேட்டாகத்தான் வருவார்கள். வாரத்துக்கு ஒருமுறை வெளி கேட் சாவியைத் தொலைத்து வீட்டுக்காரம்மாவின் உயிரைத்தான் வாங்குவார்கள். அப்படி நடந்துகொண்டால் சரிப்பட்டுவராது என்று தன் தரப்பு நியாயங்களுடன் நிபந்தனைகளைத் தெரிவித்தாள் வீட்டுக்காரம்மா. கடைசியாகத் தண்ணீர்ப் பிரச்சினைக்கு வந்தாள். போர்வெல் தண்ணீர்தான் வரும். மோட்டார் அடிக்கடி போட்டால் கரண்ட் கட்டுப்படியாகாது. அது ரிப்பேரும் ஆகிவிடும். ஆகவே, தினப்படி எல்லா வேலைகளையும் அவர்கள் பதினைந்து வாளிகளுக்குள் முடித்துவிட வேண்டும்.

இத்தனை சட்டதிட்டங்களா என்று நான் தயங்கி நின்றுகொண்டிருந்த போது சட்டென்று நடேசன் ஒப்புக்கொண்டுவிட்டான். “ஓகேம்மா, அட்வான்ஸ் தந்துர்ரோம்.” வீட்டுக்காரம்மா என்னைப் பார்த்து “தம்பி, நல்லா யோசிச்சி முடிவு பண்ணிக்கங்க. அட்வான்ஸ் கொடுத்துட்டா திரும்ப கிடைக்காது” என்று எச்சரித்தாள்.

நடேசன் என்னை கேட்டுக்கு வெளியே அழைத்துச் சென்றான். “பதினஞ்சி பக்கெட்டுக்குள்ளனா எப்படிடா?” நடேசன் சென்னையில் ஒவ்வொரு இடத்திலும் தண்ணீருக்கு எவ்வளவு லோல்படுகிறார்கள் என்று பெரிய லெக்சர் அடித்தான். “என்னோட மேன்ஷனிலேயே தண்ணி பிரச்சினை இல்லையே” என்றேன். நடேசன் ஒரு பெரிய எழுத்தாளரின் பெயரைச் சொல்லி அவர் இருபதாண்டுகளுக்கு முன்பே நகரத்தின் இந்தப் பகுதிகளின் தண்ணீர்ப் பிரச்சினைகளை ஒரு நாவலில் எழுதியிருப்பதாகச் சொன்னான். அந்த நாவலை என்னைப் படித்துப்பார்க்கவும் சொன்னான். “உன் இலக்கிய வியாபாரத்தை அப்புறம் பாரு. அவரு எப்பவோ எழுதியிருந்தா இப்ப என்னடா?” என்று எரிச்சல்பட்டேன். “மாம்பலம், சைதாப்பேட்டை எல்லாம் இன்னிக்கும் இப்டித்தான். இது விழுப்புரம் இல்ல, ஒனக்கு இந்த ஊரைப் பத்தி நிறைய விஷயம் தெரில,” அவனும் கடுகடுத்தான். “இங்க பாரு, நாம நோட் பண்ணி வச்சிருந்த லிஸ்ட்டில் இதான் லாஸ்டு. உனக்குப் பிடிக்காட்டி நாம தரகர்ட்ட போகலாம்.” தரகர் என்றவுடன் எனக்கு பக்கென்றது. யார் ஒரு மாச வாடகையை அந்த ஆளுக்கு அழுவது?

அந்த வீட்டுக்கு நாங்கள் குடித்தனம் வந்தது அப்படித்தான்.

விழுப்புரத்திலிருந்து என்னுடைய அம்மா, அப்பாவின் முப்பத்தைந்து வருடக் குடும்ப வாழ்க்கையின் முக்கால் லாரி தட்டுமுட்டுச் சாமான்களோடு இறங்கினோம். இரண்டு பெரிய இரும்பு பீரோக்கள், ஒரு மர பீரோ, இரண்டு கட்டில்கள், ஒரு மேஜை, இரண்டு பெரிய பித்தளைத் தவலைகள், ஒரு பெரிய அண்டா. தவலைகளையும் அண்டாவையும் விழுப்புரத்திலேயே எடைக்குப் போட்டுவிட்டு வந்திருக்கலாம். ஆனால் அப்பா ஏற்றுக்கொள்ளவில்லை. அம்மா போன பின்னர் அப்பா சமைக்கத் தொடங்கியிருந்தார். அம்மாவைப் போல அவருக்கும் பாத்திரங்களோடு ஒட்டுதல் வந்துவிட்டதோ என்னவோ. ஆனால்

தவலைகளையும் அண்டாவையும் வைத்துக்கொண்டு என்ன செய்யப்போகிறார் என்று எனக்குப் புரியவில்லை. அவற்றை நானும் நடேசனும் பரணில் ஏற்றினோம்.

கொஞ்ச காலம் புது வீட்டில் பிரச்சினையில்லாமல் போனது. நாங்கள் வந்து இறங்கிய அன்று வீட்டுக்காரம்மா டீ கூடப் போட்டுத் தந்தாள். அதன் பின் ஏனோ அவள் சுபாவம் மாறிவிட்டது. சிடுசிடுக்கத் தொடங்கினாள். குடிவந்த முதல் மாதம் எங்கள் வீட்டு முறைவாயில் வாரத்தில் மேல்வேலைக்கு ஏற்பாடு செய்த ஆள் ஒரு நாள் வரவில்லை. “அது வரலனா நீங்கதான் வேற ஏற்பாடு பண்ணனும்.” வீட்டுக்காரம்மா அலுத்துக்கொண்டாள். அவள் வீட்டில் வேலை செய்யும் ஆயாவிடம் சொல்லி வாசல் தெளித்துக் கோலம் போட்டிருக்கலாம். ஆனால் எங்களுக்கு உதவக் கூடாது என்கிற மாதிரி ஏனோ இருந்தாள். எங்கள் வீட்டில் பெண்கள் யாராவது இருந்திருந்தால் ஒட்டுறவைக் காட்டியிருப்பாளோ?

அடுத்த மாதம் வாடகையை வீட்டுக்காரர்களிடம் கொடுக்கச் சொல்லிவிட்டு நான் அலுவலகத்துக்குச் சென்றேன். ஆனால் அப்பா மறந்துவிட்டார். அடுத்த நாளும் அவர் மறதி நீடித்தது. மூன்றாம் தேதி வீட்டுக்காரம்மா கதவைத் தட்டி வாடகையைக் கேட்டாள். “வாடகைக்கு விடறப்பவே ஒன்னாந்தேதி தரணும்னு சொன்னோமே?” அருகில் நின்றுகொண்டிருந்த அப்பா என்னிடம் கேட்டார், “என்ன சொல்றாங்க?”

வீட்டுக்காரம்மா குத்திக்காட்டியது எனக்கு ஒரு மாதிரியாக இருந்தது. அவளிடம் காட்ட முடியாத எரிச்சலை என் அப்பாவிடம் காட்டினேன். அன்றைக்குத்தான் அப்பாவுக்கு முதன் முதலாகத் தலைச்சுற்றல் வந்தது. சோற்றை வடித்துவைத்துவிட்டுப் படுத்துவிட்டார். அதன் பிறகு அடிக்கடி வர ஆரம்பித்தது.

“உங்க அப்பா காலம்பறவே சத்தமா ரேடியோ வைக்கிறாரு. படிக்க முடியல.” வீட்டுக்காரம்மாவின் மகன் ஒரு நாள் காலையில் வந்து சொன்னான். “என்ன சொல்றாரு?” என்று என்னிடம் கேட்டார் அப்பா. ரேடியோ வால்யூமைக் குறைத்துவைக்க வேண்டும் என்று அவர் காதருகே சென்று கூறினேன். அப்பா, இனிமேல் ரேடியோ வால்யூமைக் குறைத்துவைக்கிறேன் என்றார் வந்தவனிடம். பின்னாலேயே வீட்டுக்காரம்மா வந்து

அப்பா ரேடியோவைச் சத்தமாக வைப்பது பற்றிக் கோபமாகக் குறை கூறினாள். "ஒரு தரம் சொன்னா தெரிய வேணாமா? அடுத்தவங்களப் பத்தி அக்கறை வேணாமா?"

அப்பா என் முகத்தைப் பார்த்தார், "என்ன சொல்றாங்க?"

வீட்டுக்காரம்மா காட்டிய ஆத்திரத்தை அப்பாவிடம் அப்படியே நான் காட்டினேன். அவள் வார்த்தைகளை அவரிடம் சொன்னேன். சக மனிதர்களைப் பற்றி அவருக்கு அக்கறையே இல்லை, அம்மாவிடமும் அப்படித்தான் இருந்தார், அவள் இருந்தவரை அவளுக்குக் கஷ்டம் தந்தார், இப்போது எனக்குக் கஷ்டம் தருகிறார். இப்படி அவர் இருந்தால் நான் எப்படி வேலைக்குப் போவது, தேர்வு எழுதுவது, அதெல்லாம் தொலையட்டும், அவருக்கு முன்னால் அம்மா போய்ச்சேர்ந்துவிட்டாள், இப்படி அவரால் தினம் ஒரு தொல்லை என்று வந்தால் ஸ்ட்ரெஸ்ஸில் நானும் போய்ச் சேர்ந்துவிடுவேன், அப்புறம் அவர் தனியாகக் கிடந்து அல்லாட வேண்டியதுதான். நான் பேசியது அவர் காதில் விழுந்து புரிந்ததோ இல்லையோ, அப்பா என் முகத்தையே பார்த்துக்கொண்டிருந்தார். பல்லைக் கடித்தபடி அவர் முகத்தில் அறைவதைப் போல ஹால் கதவை அடித்துச் சாத்தி அறைக்குள் நுழைந்துகொண்டேன்.

அதற்குப் பிறகு அவர் காலையில் ரேடியோ வைப்பதையே நிறுத்திக் கொண்டார். இரவில் மட்டும் காதருகே வைத்துக்கொள்வார். முன்னறையில் இருக்கும் எனக்கே என்ன பாடல் என்று கேட்காது. தூக்கம் வருவதற்காக ஒரு பழக்கத்தில் காதுக்கு அருகில் ரேடியோவை வைத்துக்கொள்கிறார்; அவ்வளவுதான். அன்றுவரைக்கும் என்னால் அவரை டாக்டரிடம் அழைத்துச் செல்ல முடியவில்லை. ஒரு ஹியரிங் எய்ட் வாங்கித்தர முடியவில்லை. அவர் தலைச்சுற்றலுக்கு ஒரு வழி செய்ய முடியவில்லை. அலுவலகமும் கோச்சிங்கும் என்னைப் பக்கத்துக்கு ஒன்றாய்ப் பிடுங்கித் தின்றன.

அன்றிரவு எனக்குப் படிக்க ஓடவில்லை. பசி ஒருபுறம். காலையிலாவது அப்பாவைக் கொஞ்சம் சமாதானப்படுத்த வேண்டும் என்ற யோசனை இன்னொரு புறம். அன்றும் வழக்கம் போலக் கனவில் மோகன்ராஜன் வண்ணக் காகிதங்கள் ஒட்டப்பட்ட தக்கை போன்ற சிம்மாசனத்தில் உட்கார்ந்திருந்தான்.

என்னை ஏதோ வேலை செய்யச் சொல்லி ஏவிக்கொண்டிருந்தான். கனவில் புதிய வரத்தாக அவன் பக்கத்தில் வீட்டுக்காரம்மா கையில் ஒரு கரண்டியுடன் உட்கார்ந்திருந்தாள். இல்லை, அது புவனப்ரியா. அவள் கையில் ஒரு பரிசுக் கோப்பை. நான் ஏதோ சொல்ல புவனப்ரியா கோப்பையை என் மேல் விட்டெறிந்தாள். அப்பா அப்போது அங்கே வந்தார். பதினைந்து வாளி பிடித்தவுடன் சிங்கப்பூர் போகிறோம், மன்னித்துவிடுங்கள் அரசே என்றார் அப்பா. மோகன்ராஜன் பதில் சொல்வதற்குள் பொழுது விடிந்துவிட்டது.

காலையில் அப்பா எதையும் காட்டிக்கொள்ளவில்லை. வழக்கம் போலக் காப்பி போட்டு எடுத்துக்கொண்டுவந்து தந்தார். உருளைக்கிழங்கு வறுக்கட்டுமா என்று கேட்டார். அவர் முகத்தில் எந்த மாறுதலும் இல்லை. அலுவலகத்துக்குக் கிளம்பும்போது அவரிடம் உரக்கச் சொன்னேன். “வடபழனி கோயிலுக்குப் போகணும்னீங்களே. நாளைக்குப் போயிரலாம். லீவுதான்.” அவர் முகம் சற்று மலர்ந்தது.

அந்த வாரக் கடைசியில் நடேசனும் நானும் ஒரு படத்துக்குப் போகத் திட்டமிட்டிருந்தோம். சிம்ரன் நடித்திருந்த ஜோடி. நடேசனுக்கு அசோகமித்திரன் எந்த அளவுக்குப் பிடிக்குமோ அதே அளவுக்கு சிம்ரனையும் பிடிக்கும். ஆனால் வெளியே காட்டிக்கொள்ள மாட்டான். கௌரவக் குறைச்சலாம். எனக்கு ஐஏஎஸ் மெயின் தேர்வு நெருங்கிவிட்டிருந்தது என்பதால் சினிமா வேண்டுமா என்று முதலில் தயங்கினேன். “இருக்கட்டும்டா, ஒரு ஸ்ட்ரெஸ் பஸ்டர் வேணும்,” என்றான் நடேசன்.

எங்கள் திரைப்படத் திட்டம் எங்களிடம் வீட்டுக்காரம்மா நடந்துகொண்ட விதத்தால் ரத்தானது. என் அப்பா வீட்டுக்காரம்மாவைப் பற்றி ஓரிரு வார்த்தைகள் என்னிடமாவது குறை சொல்லியிருந்திருக்கலாம். அவரோ எதுவும் நடக்காததுபோல அட்ஜஸ்ட் செய்துகொண்டிருந்தார். அது எனக்குத் தாங்க முடியாமல் இருந்தது. அவர் மனதுக்குள் நொந்துபோயிருப்பார், அவருக்குக் கொஞ்சமாவது ஆறுதலாக இருக்கட்டும் என்று அந்த வாரம் வடபழனி கோயிலுக்கு முதன்முறையாக அப்பாவை அழைத்துச் சென்றேன். அப்பாவுக்கு ஏக திருப்தி. “நல்ல தரிசனம்டா” என்று சிலாகித்தார்.

கோயிலுக்குச் சென்றது பலன் கொடுத்தது போலத்தான் இருந்தது. அந்த வாரம் நன்றாகவே தொடங்கியது. அலுவலகத்தில் சிங்கப்பூர் ஆர்டர் கிடைத்ததில் என்னுடைய பங்களிப்புக்காகச் சொற்பச் சம்பள உயர்வை அறிவித்தார்கள். வகுப்பில் ஒரு கேள்விக்கு விளக்கமாகப் பதிலளித்தபோது என் பக்கமாகத் திரும்பி புவனப்ரியா புன்னகையைப் பரிசளித்தாள். அன்று வகுப்பு முடிந்தவுடன் என் அலுவலகத் தொலைபேசி எண்ணைக் கேட்டு வாங்கிக்கொண்டாள். மோகன்ராஜனும் அப்போது இருந்தான். அவன் முகத்தில் எந்தச் சலனமும் இல்லை. இருவரும் சாதாரணமான நண்பர்கள்தானோ என்ற சாத்தியம் சந்தோஷமாக இருந்தது.

சனிக்கிழமை காலை மீண்டும் பின்கட்டிலிருந்து கூப்பாடு. வாசலில் நின்றுகொண்டிருந்த நான் ஓடிச் சென்றேன். அப்பா ஈரத்துண்டுடன் நின்றுகொண்டிருந்தார். “நேத்திதான் மோட்டார வேற ரிப்பேர் செஞ்சோம். நீங்களானா போர்வையைத் தொவைக்க பத்து பக்கெட் பிடிக்கறீங்க. தண்ணி சும்மா வருதா.” அப்பா தன்னுடைய மெல்லிய காட்டன் போர்வையைத் தோய்த்துப் பிழிந்து குழாயின் மேல் தொங்கப் போட்டிருந்தார். நிறுத்தாத குழாயிலிருந்து தண்ணீர் சிந்தியது.

அப்பாவின் உடல் நடுங்கிக்கொண்டிருந்தது. அப்பாவை விட்டுத்தரக் கூடாது. அதுவும் இவளிடத்தில். அப்பாவுக்கும் காதில் விழ வேண்டும் என்று உரக்கக் கேட்டேன், “போர்வை தொவைக்கக் கூடாதுன்னு நீங்க சொல்லலியே.”

“அதை வேற தனியா சொல்லணுமா? பதினஞ்சி பக்கெட்ல போர்வையை எப்படி தொவைக்க முடியும்? அதெல்லாம் சலவையில போடணும். ஒண்ணொண்ணையும் சொல்வாங்களா?”

“நீங்க போட்ட கண்டிஷனே அதிகம். இங்கு வந்து நிம்மதியே போச்சு.”

என் வாய் அசைவைப் பார்த்த அப்பா “சும்மா இருடா” என்றார்.

“இங்க நிம்மதி இல்லனா எதுக்கு இருக்கீங்க? வேணும்னா வேற வீடு பாத்துட்டு போலாமே.”

“உங்க ஒரே வீடுதான் சென்னைல இருக்கா?”

"அப்ப போயிருங்க. ஓங்கள யாரு தடுத்தாங்க?"

சட்டென்று வீட்டுக்காரம்மா பாத்ரூமுக்குள் நுழைந்தாள். குழாயின் மேல் தொங்கவிட்டிருந்த போர்வையை எடுத்துக் கீழே வீசினாள். குழாயை மூடினாள். பாத்ரூமிலிருந்து வெளியே வரும்போது நிலைப்படிக்கருகே அப்பாவின் அடிபட்ட கால் விரலை மிதித்துவிட்டிருப்பாள்போல. அப்பா வலியில் கத்தினார்.

"பொம்பளையா நீ?" ஆத்திரத்தில் ஏதோதோ கூறினேன். "போதும்பா" அப்பா என்னை உள்ளே அழைத்துச் சென்றார்.

என் பொறுமை எல்லை கடந்துவிட்டிருந்தது. அந்த வீட்டிலிருந்து போய்த் தொலைந்துவிட வேண்டும். அன்றும் அடுத்த நாளும் பிசாசாக அலைந்து வீடு பார்த்தேன். நடேசனும் கூடவே அலைந்தான். தான் பார்த்துக்கொடுத்த வீட்டில் இப்படி நடந்துவிட்டதே என்று அவனுக்கு வருத்தம். துரதிர்ஷ்டத்திலும் எப்போதேனும் தென்படும் அதிர்ஷ்ட ரேகையாக ஞாயிற்றுக்கிழமை நண்பகலில் கே.கே. நகரில் ஒரு அபார்ட்மெண்ட் கிடைத்தது. நல்லவேளை, வீடு காலியாக இருந்தது. வாடகை அதிகம்தான். ஆனால் வீட்டுக்காரர்கள் அருகில் இல்லை, பெங்களூரில் வசிக்கிறார்கள் என்பதே போதுமானதாக இருந்தது. நானும் நடேசனும் வீட்டுக்காரர்களுக்கு போன் போட்டோம். அப்பாவிடம்கூடத் தெரிவிக்காமல் அவர்கள் சாவி கொடுத்திருந்த வீட்டுக்குப் போய் அட்வான்ஸ் கொடுத்தோம். அதில் பாதிப் பணம் நடேசன் வட்டிக்கு ஏற்பாடு செய்தது. அன்றிரவே புது வீட்டுக்குக் குடிபோக ஏற்பாடு செய்தோம்.

இரவு ஒன்பது மணிக்கு வீட்டு வாசலில் லாரி வந்து நிற்கும்வரை வீட்டுக்காரம்மாவுக்கு நாங்கள் வீட்டைக் காலிசெய்யப்போவது தெரியாது. தெரிந்தபின் அவள் எங்கள் போர்ஷனுக்குள் வந்து அரை மணிநேரம், வீட்டு வாசலில் சற்று நேரம், பின் நடுத்தெருவில் நின்று நீண்ட நேரம் கத்தினாள். "ஒரு வார்த்தைக்குக் கிளம்பிருவீங்களா?" "வேற வீட்டுக்குப் போனாத்தான் அருமை தெரியும்" "அட்வான்ஸ் எல்லாம் திரும்பக் கிடைக்காது, போ, போ." நடேசன் பக்கபலமாக நின்றான். அவன் மேற்பார்வையிட லாரியில் வந்த ஆட்கள். சாமான்களை ஏற்றி வைக்கத் தொடங்கினார்கள்.

அப்பாவை என் வண்டியில் ஏற்றிக்கொண்டு புதுவீட்டில் விட்டுவிட்டு வந்தேன். வரும் வழியில் ஒரு கடையில் நின்று

க்ரேயான் குச்சிகளையும் வாங்கிக்கொண்டு வந்தேன். "அவட்ட மல்லுக்கு நிக்காம சாவியக் கொடுத்துட்டு வா" என்றான் நடேசன். லாரிக்கு முன்னால் வழிகாட்டுவதற்காக அவனும் கிளம்பினான்.

நாங்கள் இருந்த போர்ஷனில் சுவரில் கிறுக்குவதற்குப் பத்து நிமிடங்களுக்கு மேல் நேரம் பிடிக்கவில்லை. கூதிமுண்ட என்பது அங்கே ஒரு பெண் படத்தை வரைந்து அதற்கு அருகே எழுதிய பல வார்த்தைகளில் சற்று நாகரீகமான வார்த்தைகளில் ஒன்று. அந்த ஆண் நர்ஸ், பாவம்தான் ஆனால் ஊதா நிறக் கிரேயானில் அவன் நிர்வாணக் கோமாளியாக அழகாகவே இருந்தான்.

போர்ஷனைப் பூட்டிவிட்டுச் சாவியை ஒப்படைக்க அவர்கள் வீட்டு வாசலில் நின்றபோது திரும்பவும் கத்த ஆரம்பித்தாள் வீட்டுக்காரம்மா. அவள் கணவன், "அதான் போறாங்க இல்ல, விடு" என்றபடி சாவியை வாங்கிக்கொண்டார். அங்கிருந்த நாட்களில் அவர் பேசி நான் கேட்டது அதுதான் முதன்முறை. "போர்ஷனை செக் பண்ணிட்டு வாங்க, குப்பையா நாசம் பண்ணியிருப்பாங்க." அவரைப் பதிலுக்கு அதட்டினாள்.

நான் எதிர்பார்த்ததைப் போலவே வீட்டுக்காரம்மா பன்னிரண்டாயிரம் அட்வான்ஸைத் திரும்பத் தரவில்லை. அது திரும்ப வராது என்று எனக்குத் தெரியும். "ஒழைச்ச காசு, நம்மள விட்டுப் போயிராது" என்றார் அப்பா நம்பிக்கையுடன். "ஆனா தயங்காம நீ போயி கேக்கணும்" என்று என்னை வற்புறுத்தினார். நான் போக விரும்பவில்லை. அதற்குக் காரணம் இருந்தது.

புதுவீட்டை ஒழுங்குபடுத்த ஒரு மாதம் பிடித்தது. அதற்குள் மெயின் தேர்வு வந்துவிட்டது. ஆனாலும் நன்றாகத்தான் எழுதினேன். அல்லது அப்படி நினைத்துக்கொண்டேன். எத்தனை மதிப்பெண்ணில் நேர்காணல் வாய்ப்பைக் கோட்டைவிட்டேன் என்றுதான் தெரியவில்லை. யு.பி.எஸ்.சி. மார்க் ஷீட் முன்பு குடியிருந்த வீட்டு முகவரிக்குத்தான் போயிருந்திருக்கும். "கிழிச்சிப் போட்டிருப்பாங்க, மனுஷங்களா அவங்க!" அப்பாதான் என்னை விடவும் வருத்தப்பட்டார். "நீதான் போயி லெட்டர் வந்திருக்கான்னு கேளேன். என்ன மார்க் எடுத்திருக்கேன்னு தெரிஞ்சா அடுத்த தரம் நல்லா எழுதி பாஸ் பண்ணலாம்லே." பேசாமல் இருந்தேன். சிவில் சர்விஸில் என் ஆர்வம் வற்றிவிட்டிருந்தது.

அப்பாவுக்குச் சென்னை, அதன் பஸ்கள் பற்றிய பயம்

கொஞ்சம் குறைந்திருக்க வேண்டும். இல்லாவிட்டால் அடுத்த மாதமே ஏன் அவராகவே அந்த வீட்டுக்குப் போய் எனக்கு வந்திருக்க வேண்டிய தபாலைக் கேட்கப்போகிறார்? முன்கூட்டியே என்னிடம் சொல்லியிருந்தால் அவரை நிச்சயம் தடுத்திருப்பேன்

அன்று மாலை அலுவலகத்திலிருந்து திரும்பி வந்தபோது "அங்க போனேன், உன் பேருக்குத் தபால் எதுவும் வர்லனு சொன்னாங்க" என்றார். "அங்க ஏன் போனீங்க?" என்று கேட்டேன். இல்லை, முணுமுணுத்தேன். கல்லாக உறைந்திருந்த அவர் முகம் மேற்கொண்டு என்னைப் பேசவிடவில்லை.

அடுத்த நாள் அப்பா இரண்டு பைகளோடு என் முன்னால் வந்து நின்றார். "சென்னை பிடிக்கலப்பா, ஊருக்கே போயிடறேன்" என்றார். எனக்குக் கொஞ்சம் அதிர்ச்சியாகத்தான் இருந்தது. ஆனால் அடுத்த வினாடியில் பைகளுடன் வாசலுக்குப் போய் நின்றுவிட்டதில் அவர் தன்னுடைய முடிவில் உறுதியாக இருந்தது புரிந்தது. அவரை பஸ் ஏற்றிவிடக் கோயம்பேடுக்குச் சென்றேன். பஸ்ஸில் ஏறி உட்கார்ந்தவரிடம் "எங்க போய் தங்குவீங்க" என்றேன். "பாத்துக்கலாம்" என்றார் எங்கோ பார்த்தபடி. பஸ் கிளம்பும்வரை அவரிடமிருந்து மற்றொரு வார்த்தை வரவில்லை.

கேள்விக்கென்ன பதில்

இரண்டாவது முறையாக மீண்டும் அந்த எண்ணிலிருந்து மொபைலுக்கு அழைப்பு வந்தது. "மிஸ். மலர், நாங்கள் கூறியதை நீங்கள் சீரியஸாக எடுத்துக்கொள்ளவில்லையோ என்று தோன்றுகிறது. புகைப்படங்களைப் பார்த்தீர்களா? நாங்கள் கேட்டதற்கு என்ன பதில்?"

மலர் நடுங்கிப்போனாள். இரவு பத்தரை மணி இருக்கும் மலருக்கு இந்த எண்ணிலிருந்து முதன்முறை அழைப்பு வந்தபோது. கணவன் இன்னும் வீட்டுக்கு வரவில்லை என்பது உறைத்தது. பொதுவாக, மகேந்திரன் வீட்டுக்கு வர ஒன்பது, பத்து மணியாகிவிடும். அலுவலகம் முடிந்து நண்பர்களைச் சந்தித்து அளவளாவிவிட்டுச் சில சமயம் ஏதாவது பாரில் அல்லது அவர்கள் வீட்டில் குடித்துவிட்டுத்தான் வருவான். அளவாக என்றால் அவளை உணவு பரிமாற அழைப்பான். அதன் பின் சில சமயம் உடல் இச்சைக்கான நகர்வுகள். அதற்கான விருப்பம் அவனுக்கோ அவளுக்கோ இல்லாவிட்டால் குட் நைட் என்று சொல்லிவிட்டுப் படுத்துவிடுவான். அவர்களுக்குள் அன்றாட நடைமுறைக்கும்

உடல் விழைவுகளுக்கும் இருவீட்டாரின் நல்ல உறவுக்கும் தேவைப்பட்டதைத் தாண்டி பெரிய உரையாடல் ஆழமாக இன்னும் நடக்கவில்லை. அறிமுகக் கட்டத்திலேயே இரண்டு பேரும் ரொம்ப நாளாகத் தேங்கியிருக்கிறோமோ என்று சந்தேகிக்கத் தொடங்கியிருந்தாள்.

அவளுக்கு இரவில் சட்டென்று தூக்கம் வராது. வீட்டிலும் பெரிய வேலை என்று எதுவும் கிடையாது. மேல்தட்டு நடுத்தர வர்க்கம். தனிக் குடித்தனம். அவன் பரிந்துரைத்தது. அவன் பெற்றோர்களுக்கும் அதில் ஆட்சேபணையில்லை. அவள் பெற்றோர்களுக்கோ ஒரே சந்தோஷம். “இதெல்லாம் லேசில் நடக்காது. இதற்காக நானெல்லாம் உன் அப்பாவோடு எத்தனை சண்டை போட்டிருப்பேன் தெரியுமா? உன் அம்மா தலையில தூக்கத்திலே கல்லைத் தூக்கிப் போட்டுருவேன்னுகூட மிரட்டியிருக்கேன்” மலருடைய அம்மா சந்தோஷப்பட்டாள். ஆனால் தனிக்குடித்தனம் என்றால் காலையிலிருந்து இரவு வரை அவள் மட்டுமே தனியாக இருப்பது என்று மலர் நினைத்திருக்கவில்லை.

மொபைல் அழைப்பு துண்டிக்கப்பட்டது.

மொபைலில் அனுப்பப்பட்டிருந்த புகைப்படங்களில் அவன் கைகள் கட்டப்பட்டிருந்தன. வாயில் பெரிய துணிச்சுருளைச் சொருகியிருந்தார்கள். அவன் கண்கள் பயத்தில் உறைந்திருந்தன. ஒரு படத்தில் அவனுக்கு முன்பாக இருந்த சிறிய மேஜையொன்றில் சில பொருள்கள் வைக்கப்பட்டிருந்தது தெரிந்தது. புகைப்படத்தைப் பெரிதாக்கிப் பார்த்தாள். மூன்று கத்திகள் தெரிந்தன, சில கயிறுகள், சில சிறிய பாட்டில்கள், குப்பிகள். ஒரு ரிவால்வர். சாவின் மேஜை.

யார் இவர்கள்? எதற்காக அவனை அடைத்துவைத்திருக்கிறார்கள்? மலர் தன்னுடைய தம்பிக்கு போன் செய்ய பதற்றத்துடன் அவன் பெயரைத் தேடினாள். அவன் சென்னையில்தான் வேலைபார்க்கிறான். மொபைலில் சேமிக்கப்பட்டிருந்த எண்கள் அழிபட்டிருந்தது அப்போதுதான் தெரிந்தது. குழப்பத்தில் இன்னொரு தரம் அவன் பெயரை மீண்டும் இட்டுத் தேடினாள். அதன் பின் அவள் அப்பா பெயர். அவள் அம்மா பெயர், அக்கா பெயர். அதன் பின் அவள் மைத்துனர் பெயர். அவள்

மாமியார் பெயர், மாமனார் பெயர். அவர்கள் வீட்டில் இருக்கும் நாய்க்குட்டியின் பெயரை இடும்போதுதான் தடக்கென்று உறைத்தது. வெற்றுப் பட்டியலில் யாரைத் தேடினாலும் எப்படிக் கிடைப்பார்கள்?

ஒரு நிமிடம் யாருடைய எண்ணாவது தனக்கு நினைவிருக்கிறதா என்று யோசித்தாள். பிரகாஷின் மொபைல் எண் மட்டும்தான் நினைவுக்கு வந்தது. பள்ளியிலும் கல்லூரியிலும் அவளுடைய சீனியர். அவனுடனான எட்டு வருடக் காதல் அவளுடைய பெற்றோர் ஏற்காததால் முடிவுக்கு வந்தது. வேறென்ன, சாதிப் பிரச்சினைதான். அவனுக்கு போன் செய்யலாமா வேண்டாமா என்று தயங்கினாள். அவனுடைய எண் மட்டும்தான் தனக்கு மனப்பாடமாகத் தெரிந்திருக்கிறது என்பது அவளுக்கு அந்தச் சூழ்நிலையிலும் சங்கடத்தைத் தந்தது. அவனுடன் பேசுவதற்கு முன்பு தம்பியாவது மைத்துனராவது வேலை பார்க்கும் கம்பெனிகளுக்கு போன் செய்துபார்க்கலாம் என்று இணையதளத்தைத் தேடினாள். “இணையத் தொடர்பு இல்லை” என்றது கூகிள் குரோம். இணையத் தொடர்பு துண்டிக்கப்பட்டிருக்கிறதா, எப்படி அது என்று பதற்றம் கூடி வாசலுக்கு ஓடினாள். அவர்களுடைய அபார்ட்மெண்ட்டின் வாசல் கதவு வெளிப்புறம் தாழிடப்பட்டிருந்தது. நேர் எதிர்த் திசையில் ஹாலை ஒட்டியிருந்த பெரிய சிட் அவுட்டை நோக்கி ஓடினாள். அவள் அப்போது யூகிக்கத் தொடங்கியதைப் போலவே அந்தக் கதவும் தாழிடப்பட்டிருந்தது.

அவர்களுடைய அபார்ட்மெண்ட் அந்த அடுக்குமாடி வளாகத்தின் மேல்தளத்தில் எட்டாவது மாடியில் இருந்தது. புறநகருக்கும் புறநகரில் சில மாதங்களுக்கு முன்புதான் கட்டிமுடிக்கப்பட்ட புதிய அபார்ட்மெண்ட் அது. பாதிக்கும் மேல் வீடுகள் விற்கப்படாமல் இருந்தன. தளத்தின் ஓரத்தில் கடைசியாக இருந்த அபார்ட்மெண்ட் அவர்களுடையது. பக்கத்து அபார்ட்மெண்டில் யாரும் இல்லை. எதிர் அபார்ட்மெண்டில் ஒரு இளைஞனை அவ்வப்போது பார்த்திருக்கிறாள். அவனுக்குக் குடும்பம் இருக்கிறதா, தனியாகத் தங்கியிருக்கிறானா என்றெல்லாம் தெரியாது. ஆனால் எதிர்வீட்டில் ஒருவன் வசிக்கிறான் என்பதே அந்தச் சமயத்தில் கொஞ்சம் ஆறுதலைத் தந்தது அவளுக்கு. இரவு என்பதால் அவன் வீட்டில் இருக்கலாம். இந்த மாதிரி சமயத்தில் ஹெல்ப் என்றுதான் கத்தவேண்டும். திரைப்படங்களில் அப்படித்தான் கத்துகிறார்கள். எனவே, அப்படிக் கத்திப்

பார்த்தாள். குரல் வற்றும்வரை.

சோர்ந்துபோய் சோபாவில் வந்து உட்கார்ந்தாள்.

மீண்டும் மொபைல் ஒலித்தது. அவர்கள்தான். எப்படி அது, போனில் சேமித்திருந்த தொடர்புகள் எல்லாம் காணாமல் போய்விட்டன, இணையம்கூட வேலை செய்யவில்லை. ஆனால் அவர்களால் மட்டும் தொடர்புகொள்ள முடிகிறது. என்ன மாதிரியான மாய மந்திர வேலை இது? இப்படி அவளுடைய மொபைலை மட்டும் தேர்வு செய்து ஹேக் செய்ய முடியுமா என்ன? போனை எடுத்தாள். "மலர், நீங்கள் யார் யாரையோ தொடர்புகொள்ள முயல்கிறீர்கள். உங்கள் நிலைமையில் அப்படி செய்யத்தான் தோன்றும். கதவருகே நின்றெல்லாம் கத்துகிறீர்கள். குரலே வற்றிப் போகும்வரை கத்தினீர்கள். முதலில் தண்ணீர் அருந்துங்கள். நான் காத்திருக்கிறேன்."

அந்தக் குரல் மென்மையாக இருந்தது. ஆனால் கட்டளை போல ஒலித்தது. அவள் வசியம் செய்யப்பட்டவளைப் போல எழுந்து குளிர்சாதனப் பெட்டியை நோக்கிச் சென்றாள். பாட்டிலை எடுத்து ஒரு மிடறு தண்ணீரைக் குடித்துவிட்டு பாட்டிலோடு மீண்டும் சோபாவுக்கு வந்தாள். மொபைலை எடுத்தாள்.

குரல் ஒலித்தது. "மலர், நல்லது. என்னென்னவோ செய்து பார்க்கிறீர்கள். ஆனால் ஒரு எளிய விஷயத்தை விட்டுவிட்டீர்கள். முதல் காலில் நாங்கள் உங்களிடம் கேட்டதற்கான பதிலை. ஒருவேளை இரண்டாவது காலில் நாங்கள் அந்தக் கேள்வியை மீண்டும் கேட்டிருக்க வேண்டுமோ என்னவோ. சரி, இப்போது கேட்கிறோம். நீங்கள் உங்கள் கணவரை மன்னிக்கத் தயாராக இருக்கிறீர்களா? ஆமாம், அல்லது இல்லை. ஒன்றைத் தேர்ந்தெடுங்கள். அவ்வளவுதானே? உங்கள் பதில் உங்கள் கணவரின் விதியை முடிவு செய்யும். முடிவு செய்யுங்கள்."

"நீங்கள் யார்? எதற்காக இதைக் கேட்கிறீர்கள்?"

"உங்களுக்குப் பதில் சொல்ல மட்டும்தான் அனுமதி தரப்பட்டிருக்கிறது. கேள்வி கேட்க அல்ல." குரல் பொறுமையாக ஆனால் எந்த நெகிழ்வுக்கும் இடமில்லை என்று தோன்றும் வகையில் பதில் தந்தது.

"நான் என்ன பதிலைச் சொல்ல வேண்டும்?"

“அதை நீங்கள்தான் முடிவு செய்ய வேண்டும்.”

“அதாவது, என்னுடைய எந்த பதில் மகேந்திரனைக் காப்பாற்றும் என்று கேட்கிறேன். ஆமாம், மன்னிக்கிறேன் என்று சொன்னால்...”

குரல் அவளை இடைமறித்தது.

“அதை இப்போது எங்களால் தெரிவிக்க இயலாது. உங்கள் கணவருடைய விதியை உங்கள் பதில் முடிவு செய்யும்.”

குரலில் தன்மை அப்படியே இருந்தது. அது எரிச்சல்படவில்லை. அதை அவள் உணர்ந்துகொண்டிருக்கும்போதே அதன் வார்த்தைகள் ஒலித்தன.

“உங்களுக்கு சூரியோதயம் வரையில் நேரம் இருக்கிறது. நீங்கள் வசிக்கும் பகுதியில் சூரியோதயம் 5.31 நிமிடம், பத்து நொடியில், இதை மனதில் வைத்துக்கொள்ளுங்கள்.”

“அதற்குள்...”

“அதற்குள் ஒன்றும் ஆகிவிடாது. மலர், நாங்கள் உங்கள் எதிரிகள் இல்லை. சொல்லப்போனால், உங்களுக்கு உதவுபவர்கள். நீங்கள் செய்ய முடியாததைச் செய்பவர்கள்.”

“ஆனால், நான் உங்களிடம் உதவி கேட்கவில்லையே?”

“நல்லது. 5.30க்கு அழைக்கிறோம்.”

மலரின் பதற்றத்தை எந்த வகையிலும் இந்த உரையாடல் தணிக்கவில்லை. அவள்தான் முடிவு செய்ய வேண்டும் என்றால் எந்தப் பதிலைத் தேர்ந்தெடுக்க வேண்டும்? முதலில் அவன் என்ன செய்திருக்கிறான்? அதுவும் அவள் மன்னிக்க வேண்டும் என்றான் எந்த மாதிரியான தவறு அது? தவறா, இல்லை அதையும் தாண்டிய குற்றமா? நிதானமாகத்தான் யோசிக்க வேண்டும் என்று தீர்மானித்தாள். ரொம்பவும் பதறக்கூடாது, பதற்றம் முடிவெடுப்பதைப் பாதித்துவிடும்.

அவர்களுக்குத் திருமணம் நடந்துமுடிந்தபின் இந்த இரண்டு மாதங்களில் மூன்று முறை அவன் வெளியூருக்குப் போயிருக்கிறான். ஆனால், அதில் ஒரு முறை ஹைதராபாத்துக்குச் சென்றது அலுவலகக் காரணத்தினால் இல்லை என்று அவள் ஒருமாதிரி புரிந்துவைத்திருந்தாள். காரணம், அவன் ஊருக்குப் போவதற்கு முன் அவனுக்கு வந்த வாட்ஸ்அப் மெசேஜ்கள். அவற்றில் இருந்த

ஆர்ட்டின்கள். அவற்றை அவள் ஏன் பார்த்தாள், அது சரியா என்பதெல்லாம் இங்கே அவசியமில்லை. திருமணம் என்று ஒன்று ஆன பின் 'தனிப்பட்ட' என்று ஏதாவது இருக்கிறா என்ன, எல்லாமே கற்பூரம் மாதிரி 'இருவர்' என்ற காற்றில் கரைந்துவிடுகிறது.

ஒருவேளை அவன் அந்த வெளியூர்ப் பயணத்தில் ஊர் மேய்ந்திருப்பானோ?

இப்போது மலருக்குப் பசித்தது. கணவன் நாளை உயிரோடு இருப்பானா இல்லையா, தெரியவில்லை. சாப்பிட மனம் வரவில்லை. குளிர்சாதனப் பெட்டியிலிருந்து ஒரு கோக் கேனை எடுத்துக்கொண்டு மீண்டும் ஹாலுக்கு வந்து அமர்ந்தாள். ஒருவேளை மொபைல் சரியாகி இருக்குமோ என்று அரை நம்பிக்கையில் எடுத்துப்பார்த்தாள். அது கல்லாகச் சமைந்திருந்தது.

ஹைதராபாத்தில் நடந்திருக்கக்கூடியதற்கு அவனை அவள் மன்னிக்கலாமா வேண்டாமா? நிச்சயமாக அவளை ஏமாற்றியிருக்கிறான்.

மணி இரண்டாகிவிட்டது. இன்னும் மூன்று மணி நேரம் இருக்கிறது. தனக்கும் தன் கணவனுக்கும் என்ன உரசல்கள் வந்தன? அதில் எவை விவாதமாகத் தொடங்கி பெரிய தகராறாக முடிந்து பின்னர் சமாதானப்படுத்தப்பட்டன? எவை கனன்றுகொண்டிருக்கின்றன? (1) எளிய மனிதர்களை மகேந்திரன் மதிக்காதது. இருவரும் ஒரு ரெஸ்டரண்டுக்கு டின்னருக்குச் சென்றபோது இவர்கள் ஆர்டர் செய்யாத உணவை அதுவும் தாமதமாக வெயிட்டர் கொண்டுவந்து வைத்தபோது இவன் அவனைச் சரமாரியாகத் திட்டியது; (2) மகேந்திரனுடைய பொறாமை. சக ஊழியன் மீது கொண்ட பொறாமையால் அவனை வேலையைவிட்டு நீக்க வைத்தது; (3) ஒருவேளை தொழில்முறை வேசிகளுடன் தொடர்பு இருக்கலாமோ? அந்த வாட்ஸ் அப் தகவல்களில் கிளைத்த சந்தேகம் அணையாமல் லேசான காற்றிலும் பற்றிக்கொள்ளக் காத்திருந்தது.

வேறு சில நிகழ்வுகள், அவனிடத்தில் இருந்த குறைபாடுகள் அவள் மனதில் வந்தன. ஆனால் அவை எல்லாமே கணிசமான ஆண்களிடம் இருக்கக்கூடிய, பொதுச் சமூகமே பெரிதாக அக்கறை காட்டாத குறைகள். இதில் பலதும் மனைவியாக

அவள் மன்னிக்க வேண்டியது என்பதாகவும் தோன்றவில்லை. இன்னொன்றும் தெளிவாக இல்லை, இந்தக் கடத்தல்காரர்கள் மகேந்திரனை மன்னிக்கச் சொல்வது இந்த மாதிரி விஷயங்களில் ஒன்றையா? அல்லது வேறெதாவது பயங்கரமான, மோசமான விவகாரத்தில் அவனுக்குத் தொடர்பு இருக்குமோ? மாபியா குழுக்களுடன் தொடர்பு, டார்க் வெப் சூதாட்டங்கள், தேசத் துரோகம், இப்படி. ஆனால் இவையெல்லாம் சட்டத்துக்குள் வருபவை. அவள் மட்டுமே மன்னிக்கக்கூடிய வேறு ஏதாவது இருக்கவும் வாய்ப்பு உண்டு. எதுவாவது இருந்து தொலையட்டும், மன்னிக்கிறேன் என்ற பதில்தான் சரியான பதில், அவன் உயிரைக் காப்பாற்றும் பதில் என்பதற்கு என்ன உத்தரவாதம்? திரைக்குப் பின்னால் தெரியாத கைகள் நடத்தும் ஆட்டத்தில் திரைக்கு வெளியிலிருந்து என்ன சீட்டை எடுப்பது?

மணி மூன்று. மலருக்கு யோசித்து யோசித்து மண்டை காய்ந்தது. கூடவே மன அசதியில் தூக்கமும் வந்தது. மாஸ்டர் பெட்ரூமில் குளியலறையை ஒட்டி இருந்த வாஷ்பேசினை நோக்கி நடந்தாள். முகத்தைக் கழுவிக்கொண்டாள். ஹாலுக்குத் திரும்பி நடக்கும்போது சுவரில் மாட்டியிருந்த ஆளுயர நிலைக்கண்ணாடியைப் பார்த்தாள். வாஷ் பேசினில் முகம் கழுவும்போது எப்போதுமே செய்வது அது. கண்ணாடியின் முன் நின்றாள். கலைந்த தலை. ஒளியிழந்த கண்கள். மெருகுபோய்விட்ட இளம்பெண். அந்தக் கண்ணாடியைப் பார்க்கும்போதெல்லாம் ஒருகணம் மகேந்திரனும் தன்னுடன் ஒட்டிக்கொண்டு நிற்கவேண்டும் என்று அவளுக்குத் தோன்றியிருக்கிறது. அவர்களது உறவின் பௌதீகமான பிரதிபலிப்பு அவர்கள் உறவைக் காலாதீதமாகப் பாதுகாக்கும் என்பதைப் போல. இந்த இரண்டு மாதத்தில் அது நடக்கவில்லை. இந்த எதிர்பார்ப்புக்கெல்லாம் இரண்டு மாதம் குறுகிய காலமோ என்னமோ. ஒரு நொடி தன்னுடன் இழைத்தபடி நிற்கும் அவன் முகம் எப்படி இருக்கும் என்று எண்ணினாள். கரு நிழலாக அவள் முகத்தருகே ஒரு சாயை படர்ந்தது. அவள் முகத்துடன் இழைந்து நின்றது. அவனுடைய நிழல் முகமா அது? பயந்துபோனாள். அல்லது அவன் சாகப்போவதன் அறிகுறியா?

மணி நான்காகிவிட்டது. ஹாலில் ஒரு ஓரத்தில் இருந்த ஒரு அட்டைப் பெட்டியை மலர் பார்த்தாள். அட்டை மெல்லியதாகத்தான் இருந்தது. பெட்டியிலிருந்து அவள்

ஒரு துண்டைக் கிழித்தெடுத்து எழுதினாள்: "இந்த வீட்டில் அடைபட்டிருக்கிறேன். ஹெல்ப் ப்ளீஸ்!" அட்டையை அபார்ட்மெண்ட்டின் வாசற்கதவுக்கு அடியில் தள்ளிவிட்டாள். யார் கண்ணிலாவது அது படலாம். அபார்ட்மெண்ட் வளாகத்தைப் பெருக்கும் பெண்மணிகள் யாராவது சீக்கிரம் வந்துவிட்டால், ஐந்தரை மணிக்கு முன்னாலேயேகூட அதை அவர்கள் பார்த்துவிடலாம். அவர்களுக்குப் படிக்கத் தெரிந்திருக்கும். இந்தக் காலத்தில் நகரத்தில் படிக்கத் தெரியாமல் யாரும் இருக்கமாட்டார்கள், தனக்கு ஏன் இந்த யோசனை முன்பே தோன்றாமல் போய்விட்டது என்று வருந்தினாள்.

ஐந்தரை மணிக்கு அவர்களிடமிருந்து போன் வந்தால் என்ன பதில் சொல்வது என்பதை மலரால் இன்னும் முடிவு செய்யமுடியவில்லை. எது அவனைக் காப்பாற்றும் என்ற கேள்வி சுற்றிச் சுற்றி வந்தது. குழப்பமும் பீதியும் கூடின. யோசனையில் களைப்பில் கொஞ்சம் கண் அசந்தாள்.

வாசற்கதவு மணி ஒலித்ததும் தடக்கென முழித்துக்கொண்டாள். ஓடிப்போய்த் திறந்தாள். மகேந்திரன் நின்றுகொண்டிருந்தான். கண்கள் இடுங்கியிருந்தன. சோர்வு தெரிந்தது.

"உங்களை விட்டுட்டாங்களா? நல்லவேளை" என்று படபடத்தாள்.

"யார் என்ன விடணும்?" மகேந்திரன் உள்ளே வந்தான். "ராத்திரி ஆபீஸ்ல வேல இருந்தது. ஒரு ஹார்ட் டெட்லைன்ல மாட்டிக்கிட்டேன்."

"ஒரு போன் பண்ணியிருக்கலாமே."

அவள் கேள்வியைக் காதில் வாங்காமல் அவன் பாத்ரூமை நோக்கிச் சென்றான்.

தன் போனை எடுத்துப் பார்த்தாள். இப்போது சிக்னல் இருந்தது. தொடர்பில் இருப்பவர்களின் பட்டியலும் இருந்தது. நேற்று என்ன ஆனது?

பாத்ரூமிலிருந்து வந்தவனிடம் மீண்டும் "நீங்க போன் பண்ணியிருக்கலாம்" என்றாள் மலர்.

"பண்ணேன். நீதான் எடுக்கல. தூங்கிட்டேன்னு நினைச்சேன்"

அவன் யதார்த்தமாகப் பதில் சொன்னான்.

அவள் அவசரமாகத் தவறவிட்ட அழைப்புகளைப் பரிசோதித்தாள். அவன் போன் செய்திருக்கிறான். அப்போது அவனைக் கடத்தியது எல்லாம் பிரமையா, கனவா? அவர்கள் அனுப்பிய புகைப்படங்கள் இருக்கவேண்டுமே. மொபைலில் எந்தப் படமும் இல்லை. துடைத்து வைத்த மாதிரி இருந்தது.

அவன் காபி குடிக்கட்டும், அதன் பின் நேற்று நடந்ததைப் பற்றிச் சொல்லலாம். நேற்று நடந்தவை மாயாஜாலம் மாதிரி இருந்தது. அவற்றை எடுத்துச் சொல்ல எந்தத் தடயமும் இல்லை, எந்த சாட்சியும் இல்லை. அவள் சொல்வதை அவன் நம்ப வேண்டும். இல்லாவிட்டால் தன்னைப் பைத்தியம் என்று நினைத்துக்கொள்வான். மலர் காப்பி போடச் சமையலறைக்குச் சென்றாள்.

மகேந்திரன் வீட்டுக்கு வருவதற்குச் சில நிமிடங்கள் முன்பு வழக்கமாக அந்த அடுக்குமாடிக் குடியிருப்பைக் கூட்டிப் பெருக்கும் பெண்களில் ஒருத்தி அபார்ட்மெண்ட் கதவுக்கு வெளியே தள்ளப்பட்ட அட்டையைப் பார்த்தாள். “வீட்டக் கூட்டறவங்களுக்கு வெளில தள்ளக்கூடாதுனு தெரியல” என்று முணுமுணுத்தபடி அதை ஏற்கெனவே பெருக்கிக்கொண்டு வந்திருந்த குப்பைகளுடன் வாரித் தள்ளியபடி நகர்ந்தாள்.

அப்போதுதான் தனக்கும் அந்த அபார்ட்மெண்ட் வளாகத்துக்கும் சம்பந்தமில்லை என்று கைவிரித்தபடி பொழுது விடியத் தொடங்கியிருந்தது.

அந்தப் பத்தொன்பதாம் நூற்றாண்டுக்காரி

பேய் என்ற ஒரு ஜீவன் இருப்பதில் மதுமதிக்கு அதுநாள்வரை நம்பிக்கையில்லை. அவளைப் பொறுத்தவரை மனிதர்களே பெரும்பாலும் பேய் பிசாசுகளாக, ரத்தக்காட்டேரிகளாக, ஜாம்பிகளாக உலகத்தில் வலம்வருகிறார்கள் என்ற நினைப்பு. ஆனால் இதெல்லாம் மிஸஸ் தெரஸா அவள் வாழ்க்கைக்குள் வரும்வரைதான்.

மிஸஸ் தெரஸாவை மதுமதி சந்தித்தது கிட்டத்தட்ட அபாயமான இக்கட்டில் மாட்டிக்கொண்டபோதுதான். லவுடன்வில் என்ற பழைய பாணி சிறு நகரத்துக்குத் தன்னுடைய வேலையை முன்னிட்டு அப்போதுதான் அவள் குடிபெயர்ந்திருந்தாள். கீழ்த்தளமும் முதல் தளமும் மாத்திரமே கொண்ட வீடுகள் கொண்டிருந்த அடுக்குமாடி வளாகம் அது. அவளுடைய வீடு முதல் தளத்தில் நான்கு வீடுகளில் ஒன்று. புதுவீட்டில் முதல் வாரம் ஒரு மதியம் அவள் சமைத்துக்கொண்டிருந்தபோது திடீரெனத் தீப்பற்றியது. என்ன ஏது என்று புரியாமல் பதறி, உடனடியாக அதை அணைக்கத்

தெரியாமல் தடுமாறிக்கொண்டிருந்தபோது தீயை அறிவிக்கும் ஒலிப்பான் அலறத் தொடங்கியது.

அப்போதுதான் கதவைத் தட்டிவிட்டு மதுமதி திறப்பதற்குள் சட்டென்று உள்ளே வந்தாள் மிஸஸ் தெரஸா. வந்த சுருக்கில் ஒரு பெரிய இரும்பு வாணலியைப் பெரிதாக எரிந்த தீயின் மேல் போட்டு மூடினாள். ஹாலில் கிடந்த கம்பளிப் போர்வைகளின் மூட்டையை மதுமதி பிரிக்க, மிஸஸ் தெரஸா அதில் ஒன்றை விரைவாக எடுத்துச் சிறு கொழுந்துகளின் மீது மூடி அணைத்தாள். அதற்குள் நகரத்தின் தீயணைப்புக் குழுவினர் வந்துவிட்டிருந்தார்கள். மதுமதிக்கு எச்சரிக்கை விடுத்துவிட்டு அது முதன்முறை என்பதால் அபராதம் விதிக்காமல் பிரச்சினையை முடித்துவைத்தார்கள்.

மிஸஸ் தெரஸாவுக்கும் மதுமதிக்கும் முதல் சந்திப்பு அதுதான். பக்கத்து அபார்ட்மெண்ட்டில் வசிக்கும் ஜேம்ஸ் மெக்கன்சியின் சகோதரியாக, அவருடன் தங்கியிருப்பவளாகத் தன்னை மதுமதியிடம் அறிமுகப்படுத்திக்கொண்டாள் அவள். நாற்பதிலிருந்து அறுபது வயதுவரை இருக்கலாம். தோற்றம் வயதைக் கணிக்க முடியாமல் இருந்தது. தோள்வரை தொடும் ஒளிரும் அடர்சிவப்பு நிறச் சுருள் முடி. தொட்டுப் பார்க்கத் தோன்றும் வெண்ணெய்க் கன்னங்கள். நகப்பூச்சு இடாத நீண்ட விரல்கள். அதிலொன்றில் தாம்பாளம் மாதிரி ஒரு மோதிரம்.

மதுமதியின் அனுபவத்தில் பொதுவாக அமெரிக்கச் சிறு நகரங்களில் தனி வீடுகளில் வசிக்கும் அண்டைவீட்டாருக்கிடையில் இருக்கும் நட்புரீதியான பாங்கு அபார்ட்மெண்ட்வாசிகளிடம் காணப்படாது. இதற்கு விதிவிலக்காக மிஸஸ் தெரஸா இருந்தாள். மதுமதிக்கு இன்னொரு ஆச்சரியம், அவள் சம்பிரதாயமெல்லாம் பார்க்காமல் இருந்ததுதான். தோன்றுகிற நேரத்தில் கதவைத் தட்டிவிட்டு உள்ளே வந்துவிடுவாள். சிலசமயம் கதவைக்கூடத் தட்டாமல் வருவாள். சில சமயம் ஏதாவது சிற்றுண்டியுடன். கேக்குகள், வறுத்த பாதாம்பருப்புகள்.

“நீங்கள் எல்லாரிடமுமே இப்படித்தான் நடந்துகொள்வீர்களா? உங்கள் வீட்டில் எல்லாரும் இப்படித்தானா?” என்று பழக ஆரம்பித்தபோது மதுமதி கேட்டாள்.

மிஸஸ் தெரஸாவின் முகம் சுருங்கிப்போனது. “உங்களுக்குப் பிடிக்கவில்லை என்றால் நான் வராமல் இருக்கிறேன்” என்றாள்.

மதுமதிக்குச் சங்கடமாகப் போய்விட்டது. "அப்படியெல்லாம் இல்லை" என்றாள் ஒரு முறைக்கு இரு முறையாக.

"எங்கள் ஊரில்தான் அப்பாயிண்ட்மெண்ட் எல்லாம் வாங்காமல் நண்பர்கள், உறவினர்கள் பார்க்க வருவார்கள். அமெரிக்காவில் அப்படிப் பார்த்ததில்லை. அதனால்தான்..."

"அதற்குக் காரணம் எனக்கும் இந்தியாவுக்கும் இருந்த சம்பந்தமோ என்னவோ." மிஸஸ் தெரஸாவுக்கு இந்தியாவுடன் இருந்த சம்பந்தம் மதுமதிக்கு சந்தோஷம் தந்ததைச் சொல்ல வேண்டியதில்லை.

பெரும் விபத்தாக முடிந்திருக்கக்கூடிய அந்த நெருப்புச் சம்பவத்துக்குப் பின் அடுத்தடுத்த சில சந்திப்புகளிலேயே தனது முப்பது வயது வாழ்க்கை வரலாற்றை மிஸஸ் தெரஸாவிடம் பகிர்ந்துகொண்டாள் மதுமதி. இந்தியாவை விட்டு வெளிநாட்டுக்குச் செல்வதன் மூலம் நடுவர்க்கத்திலிருந்து உயர்வர்க்கத்துக்கு ஏற முயலும் சாதாரண வாழ்க்கை. மென்பொருள் நிரலாக்கர் வேலையை முன்னிட்டு மதுமதி அமெரிக்காவுக்கு வந்ததே மூன்று வருடங்களுக்கு முன்புதான். வாங்கியிருந்த எம்.பில். வரலாறு பட்டத்துக்குச் சம்பந்தமில்லாத பெட்டி தட்டுகிற வேலை. என்றைக்கு வேண்டுமானாலும் கம்பெனியில் தூக்கிவிடலாம். மதுமதியின் கணவனும் பெட்டி தட்டுகிறவன்தான். ஆனால் அவன் தமிழ்நாட்டில் தன் அம்மா அப்பாவுடன் உட்கார்ந்துகொண்டு தட்டுகிறான். ஒன்று சீக்கிரமாக அமெரிக்காவுக்கு அவன் வந்துசேர வேண்டும். இல்லாவிட்டால் இவள் இங்கிருந்து போக வேண்டும். அதுவரைக்கும் மதுமதியும் அவள் கணவனும் நேராநேரத்துக்கு மாதம்தோறும் கரண்ட் பில் கட்டுவது போன்ற அன்றாட விவகாரங்களையும், பிரிந்திருக்கும் இளம் தம்பதிகளுக்கே உரித்தான உறவில் உடைமைத்தன்மை, சந்தேகம் போன்ற சிக்கல்களையும் ஃபேஸ்டைம் மூலமாகச் சமாளிக்க முடியாமல் சமாளித்துக்கொண்டிருப்பவர்கள்.

மதுமதியைப் போல் திருமணமானவர்களுக்கான பிரத்யேகச் சிக்கல்கள் எதுவும் மிஸஸ் தெரஸாவுக்கு இல்லை. அவளுடைய சகோதரர் ஜேம்ஸ் மெக்கன்சி பார்க்க வயதானவராக, தந்தை மாதிரி இருந்தாலும் ஆரோக்கியமாகவே தெரிந்தார்.

"அவனுக்கென்ன, ஹி இஸ் த பெஸ்ட். கிட்டத்தட்ட சிடுமூஞ்சி,

யாரிடமும் சட்டென்று பேச மாட்டான். எனக்கு நேர் எதிர். அவன் உங்களிடம் ஒரு ஹை சொல்லியிருக்கிறானா? ஆனால் என்ன செய்வது, அவனை வேலை பிழிந்தெடுத்துவிடுகிறது. சமயத்தில் நான் இருப்பதையே மறந்துவிட்டாற்போல நடந்துகொள்கிறான்."

மிஸஸ் தெரஸா தன் சகோதரருக்கும் சேர்த்துப் பேசுவாள் என்பதைச் சொல்ல வேண்டியதில்லை. ஜேம்ஸ் மெக்கன்சி என்ற பெயரை அபார்ட்மெண்ட் நுழைவாயிலில் இருக்கும் பெயர்ப் பட்டியலில் பார்த்தபோதே மதுமதிக்கு இவரது முன்னோடிகள் ஸ்காட்லாண்ட்காரர்களாக இருப்பார்கள் என்று தோன்றிவிட்டிருந்தது. எல்லாம் "தி அவுட்லேண்டர்" வெப்சீரிஸ் பார்த்ததன் விளைவு. அதில் மெக்கன்சிகள் ஸ்காட்லாண்டின் மேட்டு நிலங்களின் பூர்வகுடிகளில் ஒன்றாகக் காட்டப்படுகிறார்கள். பதினெட்டாம் நூற்றாண்டில் ஆங்கிலேயர்களை ஆண்ட, ஆனால் பின்னர் அரியணையிலிருந்து துரத்தப்பட்ட கத்தோலிக்க அரசர் ஜேம்ஸை மீண்டும் அரியணையில் அமரவைக்க நடந்த ஜேகோபைட் கிளர்ச்சியில் பெரும்பங்கு வகித்தவர்கள். மிஸஸ் தெரஸாவுடன் நட்பு ஏற்பட்டதும் மதுமதி உடனே அவர்களுடைய ஸ்காட்லாண்ட் தொடர்பு பற்றி ஆவலுடன் கேட்டாள்.

மிஸஸ் தெரஸா சிரித்தாள். "நெட்ப்ளிக்ஸ் சீரீஸ்தானே. அதைப் பார்த்தவர்கள் மெக்கன்சி என்றால் ஸ்காட்லாண்ட்காரர்களா நீங்கள் என்று உடனே கேட்டுவிடுவார்கள்."

"நீங்கள் ஸ்காட்லாண்ட்காரர்கள்தானே, இல்லையா?"

"ஸ்காட்லாண்ட்தான். அங்கிருந்துதான் பிரிட்டிஷ் அரசுப் பணிக்காக எங்கள் தந்தை இந்தியாவுக்குச் சென்றார்."

"இந்தியாவுக்கா? என்ன பணிக்காக?"

இந்தியா என்றவுடன் மதுமதியின் கவனம் ஆங்கிலேய ராணுவ அதிகாரியாகவும் ஆய்வாளராகவும் இருந்த காலின் மெக்கன்சியை நோக்கி நகர்ந்தது. அவரும் பதினெட்டாம் நூற்றாண்டில் சென்னைத் துறைமுகத்தில் வந்து இறங்கியவர். 'மெக்கன்சி கையெழுத்துப் பிரதிகள்' தென்னிந்திய வரலாறு, கலாச்சாரம், உள்ளூர் பாரம்பரியங்கள் பற்றிய ஆயிரக்கணக்கான ஓலைச்சுவடிகளும் காகிதப் பிரதிகளும் கொண்ட வரலாற்று ஆவணம்.

மதுமதியின் மனதைப் படித்தவளைப் போல மிஸஸ் தெரஸா சிரித்தபடி இடையிட்டாள்.

“ஆய்வாளர் காலின் மெக்கன்சியின் பரம்பரையெல்லாம் இல்லை எங்கள் பரம்பரை. சாதாரண மெக்கன்சிகள் நாங்கள். அதில் வந்தவர் என் அப்பா. சாமுவேல் மெக்கன்சி.”

மிஸஸ் தெரஸாவின் பளீரிடும் பற்களைப் பார்த்துக் கொண்டேயிருக்கலாம்போல மதுமதிக்குத் தோன்றியது. என்ன மாதிரியான அழகி இவள்? வயதைக்கூட யூகிக்க முடியாத அளவுக்கு இளமை, மென்பொலிவு.

“அப்பா பிரிட்டிஷ் அரசாங்க அதிகாரி. சர்வேயராக இருந்தார். கிழக்கிந்தியக் கம்பெனியிலிருந்து மகாராணி விக்டோரியாவுக்கு ஆட்சி மாறி இருபது வருடங்கள் கழித்து நடந்தது இதெல்லாம்.”

மதுமதியின் நினைப்பு இன்னமும் காலின் மெக்கன்சியிடம் லயித்திருந்தது. சற்றுப் பொறுத்து “எந்த ஊரில்?” என்று கேட்டாள்.

“பனாரஸ். அது ஹிந்துக்களின் புனிதத்தலம் இல்லையா? என்ன மாநிலம் என்று தெரியவில்லை.”

“உத்தரப் பிரதேசம்.”

“அங்கேதான். அந்தப் பட்டணத்தின் மேற்கில் கண்டோண்ட்மெண்ட் பகுதியில் ஒரு பழைய வீட்டில், கவர்ன்மெண்ட் குவார்ட்டர்ஸ் அது, அதில் இருந்தார். சுற்றியிருக்கும் பிராந்தியத்தில் மாதத்துக்கு மூன்று வாரமாவது நிறைய கிராமங்களில் சர்வே எடுக்க வேண்டும். நில அளவை, வரி சம்பந்தமானது. என்ன வேலையில் இருந்தார் என்பது எனக்குச் சரியாக நினைவில்லை.”

“பிரிட்டிஷ்காரர்கள் நில வரி வசூலிக்க நிறைய நிர்வாக ஏற்பாடுகள் செய்திருந்தார்கள். தவிர, எங்கள் பண்பாட்டைப் பற்றிய விவரங்களையும் சேகரித்தார்கள். உதாரணமாக, காலின் மெக்கன்சி...”

“ஆமாம். ஆனால் நான் சொல்லவந்தது பனாரஸைப் பற்றி வேறொரு விஷயம். என்னோடு தொடர்புடையது. எனக்கும் தென்னிந்தியாவுக்கும் உள்ள உறவு. தெரிந்தால் நீங்கள் ஆச்சரியப்படுவீர்கள்.”

"சொல்லுங்கள்."

"பனாரஸில் குதோலியா சந்திப்புக்கு அருகில் ஒரு சத்திரமிருக்கிறது. அங்கேதான் தங்கியிருந்தார்."

"யார்? உங்கள் அப்பா சர்வே, வரி வசூலிக்கும் வேலையில் இருந்தார் என்றுதானே சொன்னீர்கள்?"

"இல்லை, இவர் வேறு. இவர் தென்னிந்தியக்காரர். உங்கள் மொழிதான். தமிழ்."

"தமிழ்க்காரர் பனாரஸிலா?"

"அப்போது இரட்டைக் குதிரை பூட்டிய கோச் வண்டி ஒன்றை வீட்டில் வைத்திருந்தோம். அதில்தான் நாங்கள் நகரத்துக்குப் போவது. அப்படிப் போகும்போதுதான் அந்த ஊர்வலம் எங்கள் பாதையில் குறுக்கிட்டது. இல்லை, நாங்கள்தான், எங்கள் வண்டிதான், அவர்கள் பாதையில் குறுக்கிட்டது."

"ம்."

"பெரிய ஊர்வலமெல்லாம் இல்லை. பத்து, பன்னிரெண்டு பேர் இருப்பார்கள். மேளம், வாத்திய இசையுடன் ஷம்போ, ஷங்கரா என்று கோஷமிட்டபடி வந்துகொண்டிருந்தார்கள். பின்னர்தான் கேள்விப்பட்டோம். அவர்கள் ஒவ்வொரு நாளும் மூன்று வேளையும் உங்கள் சாமிக்கு, அதுதான் சிவனுக்கு, பால், சந்தனம், பூமாலைகளையும், உங்கள் தமிழ்ப் பகுதியில் ஓடும் நதி நீரையும் எடுத்துச்செல்வார்களாம்."

"யார் அவர்கள்?" மதுமதி காசிக்குப் போயிருக்கிறாள் என்றாலும் இதைக் கேள்விப்பட்டதில்லை.

"உங்கள் ஊர்க்காரர்கள்தான். வியாபாரம் செய்பவர்கள் என்பார்கள். பர்மாவில்கூட."

"செட்டியார்களாக இருக்கும். காரைக்குடிக்காரர்கள்." காரைக்குடி என்றால் மிஸஸ் தெரஸாவுக்குத் தெரியுமா என்று மதுமதிக்கு சந்தேகம் வந்தது. "என்னுடைய ஊர் சென்னை என்று சொல்லியிருக்கிறேன் உங்களிடம். அதற்குத் தெற்கே இருக்கிறது அந்த ஊர்."

"செட்டியார். ஆமாம், அதேதான். அவர் பெயர் முருகப்பச்

செட்டியார். இப்போது சொன்னீர்களே, அந்த ஊர்... கரய்க்குடி, அந்தப் பக்கக் கிராமம்தான் அவருடைய சொந்த ஊர். அங்கிருந்து கல்கத்தாவுக்கு வந்தார். துணி வியாபாரம் செய்தார். வெற்றிகரமான வியாபாரம். அதன் பின் தீர்த்தயாத்திரையாகக் காசிக்கு வந்தார். அப்போதுதான் பார்த்தது. ரொம்ப நல்ல மனிதர். அன்பானவர். அவர் தந்த மோதிரம்தான் இது."

நடுவே சிவப்புக்கல்லும் சுற்றி சில மரகதங்களும் பதித்த மோதிரம். மதுமதிக்குக் குழப்பம் வந்தது. ஒருவேளை இவர்கள் குடும்பத்தில் யாரையாவது அந்தச் செட்டியார் நேசித்திருப்பாரா?

மதுமதியின் எண்ணவோட்டத்தில் குறுக்கிட்டது மிஸஸ் தெரஸாவின் குரல்.

"பனாரஸைப் பற்றித்தான் உங்களுக்குத் தெரிந்திருக்குமே. மாடு கூடப் போக முடியாத குறுகிய சந்துகள். அப்படி ஒரு சந்திலிருந்து வெளியே வந்த ஊர்வலத்தில் நாங்கள் போன கோச்சின் குதிரைகளில் ஒன்று மிரண்டு மோதி ஒரே களேபரமாகிவிட்டது. என் தந்தை கத்த ஆரம்பித்தார். அந்த ஊர்வலத்தில் வந்த முருகப்பச் செட்டியார்தான் அவரைச் சமாதானப்படுத்தினார். அவருடைய நேர்த்தியான ஆங்கிலத்தைப் பார்த்து என் தந்தைக்கு ஒரே வியப்பு."

மிஸஸ் தெரஸாவின் கை தன் மோதிரத்தை விரலிலிருந்து எடுத்து, பின் போட்டு, பின் எடுத்து என்று இயங்கிக்கொண்டிருந்தது.

மதுமதிக்கு மோதிரத்தைப் பற்றிக் கேட்கத் தோன்றினாலும், மிஸஸ் தெரஸாவின் கதை சொல்லும் குரல் கனவின் லயத்தைப் பற்றியிருந்ததால், தன் கேள்வி அதைக் கலைத்துவிடுமோ எனத் தயங்கினாள்.

"முருகப்பச் செட்டியார் அதன் பின் பலமுறை எங்கள் வீட்டுக்கு வந்திருக்கிறார். கண்டோண்ட்மெண்ட்டுக்குள் பொதுவாக இந்தியர்கள் வருவது அபூர்வம். ஆனால் அவருக்குப் பிரத்யேக அனுமதி இருந்தது. துடிப்பான இளைஞர். அவரது பதவிசான கோட்டு சூட்டு, கூடவே அவரது ஆங்கிலம். ஹேண்ட்சம்மாக வேறு இருப்பாரா, தடிமனாகவும் இல்லாத மெல்லிதாகவும் இல்லாத அழகான மீசை. அவர் ஒன்றைச் சொன்னால் அடுத்தவர் யாரும் அதை மறுத்துப் பேசிவிட முடியாது."

“சரிதான்.”

“அவரது கம்பீரத்தைப் பார்க்கும் எந்தப் பெண்ணாலும் காதல்வசப்படாமல் இருக்க முடியாது. அப்படித்தான் எல்லாமே நடந்தது. எந்த பிரிட்டிஷ்காரர்தான் தன் மகள் பழுப்பு நிறம் கொண்ட ஒருவரைக் காதலிப்பதை உடனே ஏற்றுக்கொள்வார்? எத்தனையோ தடுத்துப்பார்த்தார். ஆனால், அப்பாவும் அத்தனை மோசமானவர் கிடையாது. நினைத்திருந்தால் தன்னுடைய அதிகாரத்தைப் பயன்படுத்தி முருகப்பச் செட்டியாரை என்ன வேண்டுமானாலும் செய்திருக்கலாம். அரசாங்கத்திடம் பொய்ப்புகார் கொடுத்திருக்கலாம். ஆனால் செய்யவில்லை. காதலுக்குக் குறுக்கே நிற்கவில்லை.”

“யாரைக் காதலித்தார் முருகப்பச் செட்டியார்?”

“அந்த பிரிட்டிஷ்காரர் மகளைத்தான். முருகப்பச் செட்டியார் ஊருக்குப் போய் தன் பெற்றோரிடம் சொல்லி அவர்களை அழைத்துக்கொண்டு வருகிறேன், திருமணத்தை பனாரஸிலேயே வைத்துக்கொள்வோம் என்றார். அவளைப் பொறுத்தவரை அவர்கள் எப்போதோ கணவன், மனைவி ஆகிவிட்டவர்கள். ஆனால் அதற்குள் விதி...”

“அவர் திரும்ப வரவில்லையா?” மதுமதி குறுக்கிட்டாள்.

“யாருக்குத் தெரியும்? அதுதான் தெரியவில்லை. அவர் பயணப்பட்ட ஒரு வாரத்துக்குள்ளேயே அந்தப் பெண்ணுக்கு விஷக்காய்ச்சல் வந்துவிட்டது. கடும் சுரம். எந்த மருத்துவமும் கைகொடுக்கவில்லை. ஜன்னி கண்டு இறந்துபோனாள்.”

“அடடா!”

“கண்டோண்ட்மெண்ட் அருகிலேயே அவளைப் புதைத்தார்கள். பிணத்தை அது நிலத்துக்கு மேல் வராதபடிக்கு மணிகர்ணிகா கட்டத்தில் எரித்திருக்கலாம். அதைத்தான் அவள் விரும்பினாள். ஆனால் ஜன்னியில் கிடக்கும்போது அவளால் பேசியிருக்க முடியுமா? ஆனால் ஒன்று, பனாரஸில் இறந்தால் முக்தி. புதைத்தால் என்ன, எரித்தால் என்ன”

சோஃபாவிலிருந்து எழுந்தாள் மிஸஸ் தெரஸா.

“இருங்கள். இந்த மோதிரத்தை முருகப்பச் செட்டியார் அந்தப்

பெண்ணுக்குத்தான் தந்தாரா? யார் அந்தப் பெண்?"

"எல்லாவற்றையும் சொல்கிறேன். இப்போது உடனே போக வேண்டியிருக்கிறது. சாக்லேட்டுகள் வாங்க வேண்டும். ஹாலோவீனுக்கு ரெடியாக வேண்டும். நீங்கள் வாங்கவில்லையா? குழந்தைகள் கேட்பார்கள்."

அப்போதுதான் மதுமதிக்கு அன்று அக்டோபர் 31, ஹாலோவீன் தினம் என்று ஞாபகம் வந்தது. செத்துப்போனவர்களின் ஆவிகள் மேலெழுந்து பூமிக்கு வரும் நாள். ஆவிகள் வருகின்றனவோ இல்லையோ சற்று நேரத்தில் குழந்தைகளும் பெரியவர்களும் விதவிதமான வேடங்களில் அபார்ட்மெண்ட் வளாகத்தின் பூங்காவிலும் அதற்குச் செல்லும் தெருவிலும் குழுமிவிடுவார்கள். குழந்தைகளுக்குத் தருவதற்கு மிட்டாய்கள் இருக்கிறதா என்று மதுமதி டப்பாக்களைத் திறந்து பார்த்தாள். அவள் இனிப்புப் பிரியை என்பதால் வீட்டில் சாக்லேட்டுகளுக்கும் கேண்டிகளுக்கும் பஞ்சமில்லாமல் இருந்தது.

புதிதாகக் குடிவந்தவள் என்பதால் குழந்தைகள் சாக்லேட்டுகளை வாங்கிக்கொள்ள மேலே மாடியேறி வருவார்களா அல்லது கீழே போய்த் தர வேண்டுமா என்று மதுமதிக்குத் தெரியவில்லை. அதைப் பற்றி மிஸஸ் தெரஸாவிடம் கேட்கலாம் என்பதற்காக பக்கத்து அபார்ட்மெண்டின் கதவைத் தட்டினாள். சிடுமூஞ்சிதான் கதவைத் திறந்தார். "என்ன?" என்றார். "மிஸஸ் தெரஸாவிடம் ஒன்றைக் கேட்கவேண்டும்" என்றாள் மது தயங்கியபடி. "அப்படி யாருமில்லை. அன்றும் அப்படித்தான் யாரையோ கேட்டபடி வீட்டுக்கதவைத் தட்டினீர்கள். இனி இப்படி செய்யாதீர்கள்." உரத்த குரலில் சொல்லிவிட்டுக் கதவைச் சாத்தினார்.

இதற்கு முன்பு எதற்கு இவர் வீட்டுக் கதவைத் தட்டினோம் என்று மதுமதி யோசித்தாள். நெருப்புச் சம்பவம் நடந்த அன்றைக்கு அடுத்த நாள் மிஸஸ் தெரஸாவுக்கு நன்றி தெரிவிப்பதற்காக ஒரு பழக்கூடையுடன் அவர்கள் வீட்டுக் கதவைத் தட்டியது நினைவில் வந்தது. அன்றும் இப்படித்தான், அப்படி யாருமில்லை என்று சொல்லிவிட்டு கதவைச் சாத்தினார் இவர். ஆனால் சில நிமிடங்களுக்குள் மிஸஸ் தெரஸாவே மதுமதியின் அபார்ட்மெண்டுக்கு வந்தாள். சகோதரரின் பேச்சைப் பொருட்படுத்த வேண்டாம் என்றும், தன்னுடன் சின்னச் சண்டை வந்தால்கூடத் தனக்குத் தெரஸாவைத் தெரியாது என்று

கூறிவிடுவது அவரது சுபாவம் என்றும் கூறினாள்.

இன்றும் அப்படி ஏதாவது சண்டை நடந்திருக்க வேண்டும். பாவம், மிஸஸ் தெரஸா. ஆனால் அவள் ஏன் இவருடன் இருந்து கஷ்டப்படுகிறாள்? ஆனால் மிஸஸ் தெரஸா என்று மிஸஸை அழுத்தி இல்லையா தன்னிடம் முதன்முறை அறிமுகப்படுத்திக்கொண்டாள்? ஒருவேளை கணவர் இறந்துவிட்டிருப்பாரோ, அதனால்தான் சகோதரருடன் வசிக்கிறாள்போல. கணவரைப் பற்றி ஒன்றுமே சொன்னதில்லையே அவள். தனக்கும் விசாரிக்கத் தோன்றவில்லை, கணவர் இறந்திருந்தால்தான் என்ன, ஆண்நண்பர் யாருடனாவது வசிக்கலாமே, சகஜம்தானே. இதைப் பற்றி அவளிடம் கேட்க வேண்டும் என்று மதுமதி நினைத்துக்கொண்டாள்.

எதிர் அபார்ட்மெண்ட்டில் வசித்துவந்த ஒரு லத்தீனோ தம்பதி பெரிய அட்டைப்பெட்டிகளில் சாக்லேட்டுகள், பாப்கார்ன் பொட்டலங்களுடனும் வெளியே வந்தார்கள். “நீங்களும் வாங்களேன், நம் பூங்காவே அமர்க்களமாக இருக்கும்” என்றார்கள் மதுமதியிடம். “இதோ, ஒரு நிமிடம்.” மதுமதியும் சாக்லேட் டப்பாக்களுடன் கீழே இறங்கினாள். அவர்களது வளாகத்தில் நூறு அடுக்குமாடி வீடுகள் இருந்தன. அதனால் தெருவிலும் வளாகத்தின் பூங்காவிலும் கூட்டத்துக்குக் குறைவில்லை. பூசணிக்காய்கள், பேட்மேன்கள், சூனியக்காரிகள்... குழந்தைகளும் பெரியவர்களும் வேடங்களில் உற்சாகமாகத் திரிந்தார்கள். பூங்காவில் குழந்தைகள் மத்தியில் தின்பண்டங்களின் விநியோகம் நடந்தது. மதுமதி சிலரிடம் தன்னை அறிமுகப்படுத்திக்கொண்டாள்.

பூங்காவில் மதுமதியின் கண்கள் மிஸஸ் தெரஸாவையே தேடின. அவள் இருந்தால் பேச்சுத்துணையாக இருக்குமே என்று தோன்றியது. ஒருசமயம் மிஸஸ் தெரஸாவைப் போல ஒரு பெண் சற்றுத் தூரத்தில் தெரிந்தாள், இவள் கையசைத்துப் பார்த்துவிட்டு அந்தப் பெண் கவனிக்காததால் வேகமாக நடந்து அவளருகே சென்றாள். அது மிஸஸ் தெரஸா இல்லை.

மதுமதி வீட்டுக்குத் திரும்பப் பத்து மணிக்கு மேல் ஆகிவிட்டது. கணவனிடம் அடுத்த நாள் பேசுவதாகத் தகவல் அனுப்பிவிட்டு ஒயின் கிளாஸுடன் வரவேற்பறையில் உட்கார்ந்தாள். மிஸஸ் தெரஸாவைச் சுற்றிச் சுற்றி எண்ணங்கள் ஓடின. ஹாலோவீனுக்குத் தயாராக வேண்டுமென்று சொல்லிவிட்டுத்தானே போனாள்,

பின் ஏன் அவளைக் காணோம்? ஒருவேளை வேறெங்காவது ஹாலோவீன் பார்ட்டிக்குப் போயிருப்பாளோ, இருக்கலாம். தன்னையும் அழைத்துக்கொண்டு போயிருந்திருக்கலாம்.

அப்போதுதான் டீப்பாயில் மோதிரம் மின்னியதை மதுமதி பார்த்தாள். மிஸஸ் தெரஸா மறந்து விட்டுவிட்டுப் போயிருக்க வேண்டும். மதுமதி அதை எடுத்தாள். தென்னிந்தியப் பாணியில் வேலைப்பாடு கொண்ட நல்ல கனமான மோதிரம். பளபளக்கும் சிவப்புக்கல். ஆறு மரகதக்கற்கள். சுற்றி மிக மெலிதான தங்கச் செதுக்கல்கள். மிஸஸ் தெரஸாவின் விரலில் அவ்வளவு பொருத்தமில்லாமல் பெரிதாகத் தெரிந்தாலும் அழகிய மோதிரம்தான் அது.

இப்போது இந்த மாதிரி மோதிரங்களை யாரும் அணிவதில்லை. கல் என்று இருந்தால் பெரும்பாலும் ஒரு கல் இருக்கும். லேசான, நவீன தோற்றத்துடன் இருக்கும் இன்றைய மோதிரங்களுக்கும் இதற்கும்தான் எத்தனை வித்யாசம்! பத்தொன்பதாம் நூற்றாண்டில் எங்கே வாங்கியிருப்பார் முருகப்பச் செட்டியார்? அப்போதெல்லாம் பனாரஸில் பெரிய நகைக் கடைகள் இருந்திருக்க வாய்ப்பில்லை. பத்தரிடம் தங்கத்தைக் கொடுத்துச் செய்திருக்கலாம். அல்லது ஒருவேளை அவரது குடும்பத்தில் வழிவழி வந்த மோதிரமாக இருக்கலாம். திருமணத்துக்கு முன்பரிசாக இத்தனை அம்சமான மோதிரத்தைத் தந்திருக்கிறார் என்றால் அந்தப் பெண்ணை அவர் மிகவும் நேசித்திருக்கத்தான் வேண்டும்.

அந்தப் பெண்ணை நோக்கி மதுமதியின் சிந்தை ஓடியது. விஷக் காய்ச்சல் வந்து இறந்துபோன அந்தப் பெண் பிரிட்டிஷ்காரர் சாமுவேல் மெக்கன்சியின் மகள் என்று மிஸஸ் தெரஸா கூறினாள். அந்தப் பெண்ணுக்குத்தான் மோதிரத்தைத் தந்திருக்கிறார் முருகப்பச் செட்டியார். இப்போது மோதிரத்தை மிஸஸ் தெரஸா அணிந்திருக்கிறாள். ஒருவேளை அவள் சாமுவேல் மெக்கன்சியின் வம்சாவளியில் வந்தவளாக இருக்கலாம். கிழக்கிந்தியக் கம்பெனியிடமிருந்து விக்டோரியா மகாராணிக்கு இந்தியாவின் ஆட்சி அதிகாரம் மாறியது 1858 வாக்கில்தான். அதன்பின் இருபது வருடங்கள் கழித்து என்றால், 1870களின் இறுதி. அதன்பின் மூன்று நான்கு தலைமுறை கழிந்திருக்கும்.

ஒன்று நெருடியது. மிஸஸ் தெரஸா சாமுவேல் மெக்கன்சியைப்

பற்றிக் குறிப்பிடும்போது தன்னுடைய அப்பா என்றில்லையா சொன்னாள்? மெக்கன்சியின் மகள் என்றால் இவள்தான் அந்தப் பெண்ணா? மோதிரம் வேறு அணிந்திருக்கிறாள்.

சட்டெனத் தன்னுடைய உடல் சில்லிட்டதை உணர்ந்தாள் மதுமதி. இது என்ன பைத்தியக்காரத்தனம், கிட்டத்தட்ட நூறு ஆண்டுகளுக்கு முன்பு வாழ்ந்து இறந்துபோன இளம் பெண் அவள். அவள் எப்படி மிஸஸ் தெரஸாவாக இருக்க முடியும்? அந்த மோதிரத்தை இவள் கையில் அணிந்திருப்பதால் இவள் அவளாகிவிட முடியுமா?

ஆனால், முருகப்பச் செட்டியார் எங்கள் வீட்டுக்கு வந்தார், அவர் அன்பானவர் என்றெல்லாம் நேரில் பார்த்ததைப் போல் விவரித்தாளே. வீட்டில் குடும்பக் கதைகள் செவிவழியாக அடுத்தடுத்த தலைமுறைகளுக்குப் போய்ச் சேர்வதில்லையா என்ன.

இரவு மதுமதிக்குத் தூக்கம் வரவில்லை. எப்படியிருந்தாலும் மோதிரத்தை வாங்கிக்கொள்ள மிஸஸ் தெரஸா நாளைக்கு வருவாள், அவளிடமே கேட்டுவிடலாம்.

மறுநாள் முழுக்க அவளுக்கு வேலை ஓடவில்லை. எப்போது மிஸஸ் தெரஸாவைப் பார்ப்போம் என்றிருந்தது. இரவு உணவுக்காகத் தயாரித்த பாஸ்தாவைத் தட்டில் எடுத்துக்கொண்டு தொலைக்காட்சி முன் அமர்ந்தபோது மிஸஸ் தெரஸா உள்ளே வந்தாள். எப்போதுமே கதவைத் தட்டாது சத்தமில்லாமல் எப்படி வீட்டுக்குள் அவள் வருகிறாள் என்று மதுமதிக்குத் தோன்றியது. இதுவரை தோன்றாத கேள்வி.

"எனக்கு வெஸ்ட் கோஸ்ட்டில் ஒரு மியூசியத்தில் வேலை கிடைத்திருக்கிறது. நாளை அதிகாலை கிளம்ப வேண்டும். உன்னிடம் ஒன்று சொல்வதற்காக வந்தேன். அதிருக்கட்டும். என் மோதிரத்தை இங்கே விட்டுவிட்டுப் போய்விட்டேனா என்ன, அதைக் காணோம்."

படபடப்பது மிஸஸ் தெரஸாவின் பழக்கமே இல்லை. ஆனால் அன்று பட்டாம்பூச்சியின் கூட்டமாகப் படபடத்தாள்.

"உங்கள் மோதிரம் டீப்பாயில் நீங்கள் வைத்த இடத்திலேயே இருக்கிறது பாருங்கள்."

“நல்ல வேளை.” அதை எடுத்து அணிந்துகொண்டாள். “மதுமதி, எனக்காக நீங்கள் ஒன்று செய்ய வேண்டும். நேற்று முருகப்பச் செட்டியார் பற்றி சொல்லிக்கொண்டிருந்தேன் இல்லையா? அவர் திரும்ப பனாரஸுக்கு வந்தாரா இல்லையா என்று எனக்கு அவசியம் தெரிந்தாக வேண்டும். நானும் எத்தனையோ வகையில் முயன்றுபார்த்துவிட்டேன். ஆனால் உங்கள் மொழி தெரியாமல் வேலைக்காகவில்லை. எனக்காக விசாரித்துத் தகவல் தருவீர்களா?”

“தமிழ் தெரியாமல் எங்கே போய் விசாரித்தீர்கள்?”

“அந்த ஊர்தான். கரய்குடி பக்கம்.”

“அங்கே நீங்கள் போயிருக்கிறீர்களா?”

“எல்லா இடமும்தான் போவது. இதையெல்லாம் தனியாகச் சொல்வார்களா என்ன? அதிருக்கட்டும். என் வேண்டுகோளைக் கருத்தில் கொள்வீர்களா?”

“அதற்கு முன் உங்களிடம் நானும் ஒன்று கேட்க வேண்டும்.”

“சீக்கிரம் கேளுங்கள். பயணத்துக்கு என் உடைகளை வேறு எடுத்துவைக்க வேண்டும்.”

மிஸஸ் தெரஸா நகரப்போவதைப் போல நின்றுகொண்டிருந்தாள்.

“பனாரஸில் விஷக் காய்ச்சல் வந்து இறந்துபோனதாகச் சொன்னீர்களே. சாமுவேல் மெக்கன்சியின் மகள்தானே அது? மெக்கன்சி உங்கள் அப்பா என்று வேறு சொன்னீர்கள்? பத்தொன்பதாம் நூற்றாண்டில் எப்படி...”

இடைமறித்தாள் மிஸஸ் தெரஸா.

“அப்பா என்றா சொன்னேன்? நீங்கள் தவறாகப் புரிந்து கொண்டிருக்கிறீர்கள். என் தாத்தா, அல்லது அவருடைய தாத்தா.”

“அப்படியில்லை. சந்தேகமாக இருந்தது. அந்தப் பெண்ணின் பெயரை வேறு நீங்கள் சொல்லவேயில்லையே.”

“பெயரெல்லாம் ஒரு விஷயமா? ஒரு காதலன், ஒரு விஷக் காய்ச்சல், ஒரு மரணம், ஒரு இடுகாடு. உறவினர்களை அழைத்துக்கொண்டு வந்து திருமணம் செய்துகொள்கிறேன் என்று சொல்லிவிட்டுப்போன காதலன் திரும்பி வந்தானா வரவில்லையா என்று இன்றுவரை தெரிந்துகொள்ள முடியாத

அவலம். அவலத்துக்கு எந்த வகையில் பெயர் முக்கியம்?"

மதுமதி மேற்கொண்டு கேட்பதற்குள் மிஸஸ் தெரஸா மோதிரத்தைத் தன் விரலில் போட்டபடி அவளை நெருங்கி அவள் கன்னத்தில் லேசாகத் தட்டினாள்.

"மதுமதி, நான் கேட்டதை மட்டும் கொஞ்சம் விசாரித்து வையுங்கள். என்னால் முடியாததால்தான் உங்களிடம் உதவி கேட்கிறேன். எனக்குத் தமிழ் தெரியாது. உங்களைத்தான் நம்பியிருக்கிறேன்."

ஒரு நொடியில் வாசற்கதவுக்குப் போய்விட்டாள் மிஸஸ் தெரஸா. திரும்பி மதுமதியைப் பார்த்தாள். "நான் போய் வருகிறேன். டேக் கேர்." ஒரு கணம் அவளுடைய கண்கள் வெள்ளை முழியாகக் குத்திட்டு நின்றது தனது மனப்பிரமையா இல்லை நடந்ததா என்பது மதுமதிக்குப் புரிபடவில்லை. கன்னத்தை அவள் தொட்டபோது ஐஸ்கட்டியைக் கன்னத்தில் வைத்ததுபோல் ஏன் இருந்தது என்பதும்தான்.

பேய் இருக்கிறதோ என்று மதுமதிக்கு ஒருமாதிரி நம்பிக்கை வந்தது அன்று இப்படி மிஸஸ் தெரஸா வந்துவிட்டுப் போன பிறகுதான்.

மிஸஸ் தெரஸா யாரென்று தெரிந்துகொள்ளும் ஆர்வம் மாத்திரமின்றி திரும்ப அவள் வந்துவிட்டால் என்ன செய்வது என்ற பயமும் மதுமதியைத் தொற்றிக்கொண்டது. தன்னுடைய அலைபேசி எண்ணைக்கூடத் தராமல் முருகப்பச் செட்டியாரைப் பற்றிய விவரங்களைச் சேகரிக்கச் சொல்லியிருக்கிறாள் என்பதன் வினோதமும் அவளுக்கு உறைத்தது. என்றைக்காவது காற்றைப் போல் வந்து நின்றால் என்ன செய்வது?

இதற்கு ஒரே வழி மிஸஸ் தெரஸா பற்றிய உருப்படியான தகவல் ஏதாவது கிடைக்குமா என்று பார்க்க வேண்டியதுதான்.

அடுத்த இரண்டு மூன்று நாட்கள் மதுமதிக்கு உடல்நலம் சரியில்லாமல் போய்விட்டது. படுக்கையை விட்டே எழுந்திருக்க முடியவில்லை. அந்த வாரக் கடைசியில் சற்றுத் தேறியவுடன் ஜேம்ஸ் மெக்கன்சியை விசாரிக்கலாம் என்ற திட்டத்துடன் பக்கத்து அபார்ட்மெண்ட் வாசலில் நின்றாள் மதுமதி. ஆனால் பழையபடி விரட்டிவிட்டால் என்ன செய்வது என்று தயங்கினாள். ஸ்டாக்கிங்

என்று போலிஸிடம் புகார் தந்துவிட்டால் கஷ்டமாகிவிடும் என்று தோன்ற அங்கிருந்து நகர்ந்தாள்.

மற்றொரு வழியில் முயன்றுபார்க்கலாம் என்ற எண்ணம் மேலிட்டது. அபார்ட்மெண்ட் நிர்வாகத்திடம் கேட்டுப்பார்க்கலாம். குறிப்பாக மேனேஜர் ஆஷ்லி நட்பாகப் பழகுவாள் என்று நினைத்தாள் மதுமதி. நிர்வாக அலுவலகத்துக்குச் சென்றபோது ஆஷ்லி வேலையில்லாமல் ஓய்வாகத்தான் இருந்தாள். "என்ன திரும்பவும் கதவு தொல்லை தருகிறதா?" என்று சிரித்தபடி மதுமதியை வரவேற்றாள். மதுமதியின் அபார்ட்மெண்ட்டின் வாசற்கதவைச் சரியாகத் திறந்து, சாத்த முடியவில்லை என்று ஏற்கெனவே இரண்டு முறை மதுமதி முறையீடு செய்ததை நினைவுகூர்ந்த நல விசாரிப்பு அது.

"அதெல்லாம் இல்லை. என்னுடைய பக்கத்து அபார்ட்மெண்ட்டில் வசிக்கும் ஒருவரைப் பற்றி விசாரிக்க வந்தேன்."

"எந்த அபார்ட்மெண்ட்? 2D-யா? அங்கே மெக்கன்சி இருக்கிறார். என்ன விஷயம்? 2Dயிலிருந்து அதிகமாக சத்தம் கேட்கிறதா? அதற்கு வாய்ப்பில்லையே. சரி, கிரீன் டீ குடிக்கிறீர்களா?"

"இல்லை, இல்லை. மெக்கன்சி இருக்குமிடமே தெரியாது. நான் கேட்க வந்தது வேறு. அவருடன் வேறு யாராவது வசிக்கிறார்களா அந்த வீட்டில்?"

"தனி ஆள்தானே அவர். லீஸிலும் அவர் பெயர் மட்டும்தான் இருக்கிறது." ஆஷ்லி கிரீன் டீயைக் கோப்பையில் ஊற்றி மதுமதியிடம் தந்தாள்.

"மிஸஸ் தெரஸா என்றொரு பெண். ஜேம்ஸ் மெக்கன்சியின் சகோதரி என்று என்னிடம் அறிமுகப்படுத்திக்கொண்டு என்னுடன் பழகினார். அப்படி ஒருவர் இருக்கிறாரா என்று தெரிந்துகொள்ளத்தான் கேட்கிறேன்."

"இருக்கிறாரா என்றால்?"

"இல்லை, உண்மையில் அப்படி ஒரு நபர் இருக்கிறாரா? இல்லை, என்னுடைய பிரமையா என்று தெரிந்துகொள்ள வேண்டும்."

என்னுடைய பிரமையா என்பதற்குப் பதில் பேயா என்றுதான் மதுமதி கேட்டிருக்கவேண்டும். ஆனால், அவளுக்கு அப்படிக் கேட்க வெட்கமாக இருந்தது. பிரமை என்று சொல்லிவிட்டதால் தன்னை ஆஷ்லி பைத்தியம் என்று நினைத்துவிடுவாளோ என்ற அச்சமும் வந்தது. உடனே விளக்கமளித்தாள்.

“அடர்சிவப்பு நிற சுருள் முடியுள்ள பெண் தெரஸா. அவள் மெக்கன்சியின் பெயரைச் சொல்லி என்னிடம் பழகினாள். திடீரெனப் போய்விட்டாள். அதனால்தான்.”

“தெரஸாவா என்று தெரியாது. ஆனால் அடர் சிவப்பு நிற முடி இருக்கும் பெண்ணை நம் அபார்ட்மெண்ட் வளாகத்தில் பார்த்திருக்கிறேன்” என்றாள் ஆஷ்லி. நெற்றியைச் சுருக்கியபடி சில நொடிகள் யோசித்துவிட்டுத் தொடர்ந்தாள்.

“மது, இப்போதுதான் நினைவுக்கு வருகிறது. அந்தப் பெயரில் ஒரு பெண் இங்கே அபார்ட்மெண்ட்கூடத் தேடினாள். மெக்கன்சியின் பெயரை சகோதரர் என்ற முறையில் ரெஃபரென்ஸாகத் தந்தாள். ஆனால் அப்புறம் ஏனோ குடிவரவில்லை.”

மதுமதிக்கு தன்னுடைய கேள்விக்கு விடை கிடைத்துவிட்ட மாதிரி தோன்றியது. பேய் எப்படி வாடகைக்கு வீடு தேடும்? அதுவும் தெரஸா என்ற பெயரில், சகோதரர் மெக்கன்சியையும் பரிந்துரையாளராகத் தந்து.

மதுமதி விடைபெற்றுக்கொண்டு கிளம்பினாள். மிஸஸ் தெரஸா பேயாக இருக்க வாய்ப்பில்லை என்பது ஏனோ அவளுக்கு ஏமாற்றமாகத்தான் இருந்தது.

www.ingramcontent.com/pod-product-compliance
Lightning Source LLC
LaVergne TN
LVHW090412051026
849518LV00006B/2328
* 9 7 8 9 3 4 7 2 0 6 0 7 8 *